AF708448

ஆட்டக்காரன்

சிறுகதைகள்

கிழக்கு பதிப்பக வெளியீடுகளாக சுஜாதாவின் புத்தகங்கள்

21ம் விளிம்பு
24 ரூபாய் தீவு
6961
அப்பா, அன்புள்ள அப்பா
அப்ஸரா
அனிதா - இளம் மனைவி
அனிதாவின் காதல்கள்
அனுமதி
ஆ..!
ஆட்டக்காரன் சிறுகதைகள்
ஆதனிலால் காதல் செய்வீர்
ஆயிரத்தில் இருவர்
ஆர்யபட்டா
ஆழ்வார்கள்:ஓர் எளிய அறிமுகம்
ஆஸ்டின் இல்லம்
இதன் பெயரும் கொலை
இரண்டாவது காதல் கதை
இருள் வரும் நேரம்
இளமையில் கொல்
இன்னும் ஒரு பெண்
உள்ளம் துறந்தவன்
ஊஞ்சல்
எதையும் ஒரு முறை
என் இனிய இயந்திரா
என்றாவது ஒரு நாள்
ஐந்தாவது அத்தியாயம்
ஒரு நடுப்பகல் மரணம்
ஒரே ஒரு துரோகம்
ஓடாதே
ஓரிரவில் ஒரு ரயிலில்
ஓரிரு எண்ணங்கள்
ஓலைப்பட்டாசு
கடவுள் வந்திருந்தார்
கமிஷனருக்குக் கடிதம்
கம்ப்யூட்டரே ஒரு கதை சொல்லு
கம்ப்யூட்டர் கிராமம்
கரையெல்லாம் செண்பகப்பூ
கற்பனைக்கும் அப்பால்
கனவுத் தொழிற்சாலை
காயத்ரி
குருபிரசாத்தின் கடைசி தினம்
கை
கொலை அரங்கம்
சிங்கமய்யங்கார் பேரன்
சில வித்தியாசங்கள்
சிவந்த கைகள்
சிறுகதை எழுதுவது எப்படி?
சின்னச் சின்னக் கட்டுரைகள்
சொர்க்கத் தீவு
டாக்டர் நரேந்திரனின் வினோத வழக்கு
தங்க முடிச்சு
தப்பித்தால் தப்பில்லை
திசை கண்டேன் வான் கண்டேன்
தீண்டும் இன்பம்
தூண்டில் கதைகள்
தேடாதே
தோரணத்து மாவிலைகள்
நகரம் சிறுகதைகள்
நிர்வாண நகரம்
நில் கவனி தாக்கு
நில்லுங்கள் ராஜாவே
நிறமற்ற வானவில்
நிஜத்தைத் தேடி
நைலான் கயிறு
பதினாலு நாள்கள்
பத்து செகண்ட் முத்தம்
பாதி ராஜ்யம்
பாரதி இருந்த வீடு
பிரிவோம் சந்திப்போம்
ப்ரியா
மண்மகன்
மத்யமர்
மலை மாளிகை
மனைவி கிடைத்தாள்
மாயா
மிஸ் தமிழ்தாயே நமஸ்காரம்
மீண்டும் ஒரு குற்றம்
மீண்டும் தூண்டில் கதைகள்
மீண்டும் ஜீனோ
முதல் நாடகம் - நாடகங்கள்
மூன்றுநாள் சொர்க்கம்
மெரீனா
மேகத்தைத் துரத்தியவன்
மேலும் ஒரு குற்றம்
மேற்கே ஒரு குற்றம்
ரயில் புன்னகை
ரோஜா
வசந்த காலக் குற்றங்கள்
வாய்மையே சில சமயம் வெல்லும்
வாரம் ஒரு பாசுரம்
வானத்தில் ஒரு மௌனத்தாரகை
விக்ரம்
விடிவதற்குள் வா
விபரீதக் கோட்பாடு
விருப்பமில்லா திருப்பங்கள்
விரும்பிச் சொன்ன பொய்கள்
விவாதங்கள் விமர்சனங்கள்
விழுந்த நட்சத்திரம்
வைரங்கள்
ஜன்னல் மலர்
ஜீனோம்
ஜோதி
ஸ்ரீரங்கத்து தேவதைகள்

ஆட்டக்காரன்

சிறுகதைகள்

சுஜாதா

கிழக்கு

ஆட்டக்காரன்: சிறுகதைகள்
Aattakkaran: *Sirukathaigal*
by *Sujatha*

First Edition: September 2010
144 Pages
Printed in India.

ISBN 978-81-8493-532-5
Kizhakku - 535

Kizhakku Pathippagam
177/103, First Floor,
Ambal's Building, Lloyds Road,
Royapettah, Chennai 600 014.
Ph: +91-44-4200-9601

Email : support@nhm.in
Website : www.nhm.in

Cover Image: Shutterstock

Kizhakku Pathippagam is an imprint of New Horizon Media Private Limited

அவள் கண்களைப் பார்த்தேன். ஒரு வேளை அரை கிராக்கோ! அப்படித்தான் போலும். ஜாக்கிரதை. உடை ஒரு மாதிரி இருக்கிறது. பேச்சும் நடையும் கூட. அன்னியர் வீட்டு வாசல் கதவைத் தட்டி உள்ளே சுதந்தரமாக நுழைந்து... யோசித்துப் பார்த்தால் இவள் கதவைத் தட்டவில்லை. கதவைத் திறந்த போது அங்கேயே நின்றுகொண்டிருந்திருக் கிறாள்!

உள்ளே

1

ஆட்டக்காரன்

சாதாரணமாக நீங்களும் நானும் அந்த இடத்தில் நுழையவே முடியாது. ஏன் கவர்னரே உள்ளே நுழைவதற்கு மெம்பரின் அனுமதி பெற்ற பாஸ் வேண்டும். அப்படிப்பட்ட அதி பிரத்தியேக கிளப் அது. பெங்களூரில், பணத்தை வைத்துக்கொண்டு என்ன பண்ணுவது என்று திணறும் ஒரு கோஷ்டியே இருக்கிறது. பணம் பண்ணுவதற்குப் பெங்களூரில் சந்தர்ப்பங்கள் அதிகம். மனச்சாட்சியை லாக்கரில் போட்டு விட்டு துரோகம், விரோதம் இவையெல்லாம் பரவாயில்லை என்றால் ஒரு நாளைக்கு... ஆம். ஒரு நாளைக்கு லட்சம் பண்ணலாம். அப்படிப் பண்ணுகிறவர்கள், பண்ணியவர்கள் ஜனத்தொகை பெங்களூரில் சற்று அதிகமே. அத்தாட்சிக்கு விண்ட்ஸர் மேனருக்கோ அல்லது ஹாலிடே இன்னுக்கோ ஒரு நடை விஜயம் செய்து பாருங்கள். இந்த ஜாதியைத் தனிப்பட்டு அடையாளம் கண்டு கொள்ள முடியும். சிவப்பாக கொழுகொழுவென்று இருப்பார்கள். இவர்கள் பெண்கள் மெலிதான கருநீலப் புடைவை அணிந்து சோரம் போவார்கள். நளினமான விரல்களின் இடையில் சிகரெட்டு குடிப்பார்கள். அவர்கள் குழந்தைகளுக்கு பிங்க்கி, ராகுல், பப்புலு என்று ஏதாவது பேர் இருக்கும். ஆண்கள் சதா சர்வகாலமும் பணம் பேசிக் கொண்டிருப்பார்கள். குழந்தைகள் ஐஸ்க்ரீம்

சண்டே, ஃபலுடா என்று விழுங்கிக்கொண்டு வயசுக்கு மீறின காரியங்கள் செய்வார்கள்.

இத்தகைய மனிதர்கள்தான் பெங்களூர் இங்கிலீஷ் ஜிம்கானாவில் மெம்பராக இருக்க முடியும். 'வெய்ட்டிங் லிஸ்ட்'டே 75 வருஷம் என்கிறார்கள். இதன் அர்த்தம் எனக்குச் சரியாகப் புரியவில்லை. நீ பாமரனாக, சாதாரணனாக இருந்தால் உனக்கு இந்தக் கிளப்பில் அனுமதி கிடைக்க 75 ஆண்டுகள் ஆகும் என்ற அர்த்தமோ, என்னவோ. இத்தகைய 'எக்ஸ்க்ளூஸிவ் கிளப்'பில் எனக்கு என்ன வேலை என்கிறீர்கள். நியாயமான கேள்வி.

இந்தக் கிளப்பில் ஒரு கம்ப்யூட்டரை அக்கவுண்ட்ஸ் முதலான வேலைகளுக்குப் பயன்படுத்தி வந்திருக்கிறார்கள். அந்தக் கம்ப்யூட்டர் பழுதடைந்துவிட யாரோ கன்ஸல்டண்ட்டிடம் காட்ட, அவன் இதை ரிப்பேர் பண்ண அமெரிக்காவில் இருந்து சாமான்கள் வரவேண்டும் என்று சொல்லி ஆயிரம் ரூபாய் வாங்கிக்கொண்டு சென்றுவிட்டான்.

எனக்குத் தெரிந்தவருக்குத் தெரிந்தவர் என்னைப் பற்றிக் கேள்விப்பட்டு கொஞ்சம் பார்க்கிறாயா என்று கேட்க... வளர்த்துவானேன், பெங்களூரின் மிகப் பணக்காரக் கிளப்பின் உள்ளே இதோ நான்.

குசேலர் எப்படி உணர்ந்திருப்பார் என்பது இன்றுதான் எனக்குப் புலப்பட்டது. நுழைந்தவுடனே தர்வானின் தொப்பியில் தங்கமோ என்று சொல்லக்கூடிய அளவுக்கு பளபள. என்னைப் பார்த்தவுடன் நாட்டி என்று அடையாளம் கண்டுகொண்டு, 'பாஸ் இருக்குதா' என்று அதட்டிக் கேட்க, நான் செக்ரட்ரியிடமிருந்து வந்த லெட்டரைக் காட்ட, அதை நெற்றிச் சுருக்கத்தை விலக்காமல் பார்த்து, 'போ போ' என்றான். நான் அவ்வாறு சோதிக்கப்படும்போதே ஒரு பெண்ட்லி காரில் ஒரு குண்டுப் பெண் வழுக்கிக்கொண்டு செல்ல பூச்செடிகளுக்கு மத்தியில் நடந்தேன். தங்கத்தில் ஒளி செலுத்திய பல்புகள். புல் தரையின் மரகதப் பச்சையில் பிரம்பு நாற்காலிகள் போட்டு அங்கொரு செல்வந்தர், இங்கொரு பணக்காரர் என்று சிதறியிருக்க ஸ்விம்மிங் பூலில் ஒரு விலை உயர்ந்த 'தொபக்கடீர்!'. அப்புறம் குதூகலமான இரைச்சல். குளத்தருகே ஒரு பெண் முலை குலுங்க ஓட, அவளை உற்சாகமாகத் துரத்தி செடி கொடிகளுக்கு அப்பால் அழைத்துச் சென்ற இளைஞனின் உத்தேசங்கள்

மரியாதைக்கு உரியதாகத் தெரியவில்லை. இவர்களையெல்லாம் கடந்து கிளப்பின் மையக் கட்டடத்துக்குள் நுழைந்தேன்.

வராந்தாவில் பதித்திருந்த கல் அந்த நிறுவனம் சிப்பாய் கலகத்துக்கு முன்னேயே ஆரம்பித்திருந்ததைக் காட்டியது. மகா விசால உயரமான போர்டிகோவில் பச்சைத் தட்டிகளும் பிரிட்டிஷ் காலத்துத் தேக்குக் கதவுகளும், அதற்கென ஒரு ராஜ கம்பீரம் இருந்து. 'இங்க சோமசேகர்ங்கரவரப் பார்க்கணும்.'

'ஷ் ஷ் ஷ் ஷ்' என்று சைலன்ஸ் போர்டை ஒருவர் காட்ட அப்போதுதான் இரண்டு பேர் செஸ் ஆடிக்கொண்டிருப்பதைக் கவனித்தேன். 'ஸாரி... ஸாரி...' மூச்சு விட்டாலே ஆட்டம் கலைந்து விடும் போலத் தெரிந்தது. 'ஷ் ஷ் ஷ் ஷ்' என்று மறுபடி யாரோ என்னைப் பின்குறிப்பாக அதட்ட, அடுத்த அறைக்குள் நுழைந்தபோது மைக்கல் பெரைராவும் அரவிந்த சவூரும் ஸ்னூக்கர் ஆடிக்கொண்டிருக்க, நான் நுழைந்ததே அவர்களுக்கு உறுத்த பல பேர் நிமிர்ந்து கோபத்துடன் பார்த்தார்கள். பச்சை மேசையில் பல வண்ணப் பந்துகள் உந்தப்படும்போது கிடைக்கும் சப்தத்தைத் தவிர வேறு ஏதும் இல்லை.

நான் மூச்சைப் பத்திரப்படுத்திக்கொண்டு சைடாக நகர்ந்து செக்ரட்ரி என்ற அறைக்குள் நுழைந்தேன். செக்ரட்ரி இல்லை. கம்ப்யூட்டர் மட்டும் இருந்தது. சரி! வந்த வேலையைப் பார்க்கலாம் என்று அருகில் சென்று அதை ஆன் பண்ணினேன். 'டிஸ்க் எர்ரர்' என்று காண்பித்து. ஓ.எஸ் லோட் ஆகவில்லை. பூட் ப்ரொக்ராமில் கோளாறு இருக்கலாம் என்று ஜோல்னாப் பையில் வைத்திருந்த எம்.எஸ். டாஸ் டிஸ்க்கை எடுத்துச் சொருகி மறுபடி ஆன் பண்ணினேன். உடனே லோடாயிற்று. தேதி கேட்டது. என் பின்னால். 'ஹூ ஆர் யூ?' சப்தம் கேட்கத் திரும்பியதில் செக்ரட்ரி.

பேர் சொல்லிக் கடிதத்தைக் காண்பித்தேன்.

'ஓ நீங்கதானா அது. கம்ப்யூட்டர் இதுதான்.'

'சரியாப் போச்சு.'

'என்னது?'

'பார்த்தாச்சு. இப்ப உங்க புரொக்ராம் பேர் என்ன?'

'ஜிம்.'

‘ஜிம்’ என்று அடிக்க ‘ஸ்ப்ரெட் ஷீட்’ வந்தது.

சோமசேகர் ஆச்சரியத்துடன், ‘ஜீனியஸ்யா நீ. அந்தாள் கன்ஸல்டண்ட் வந்து அமெரிக்காவில் இருந்து பார்ட்ஸ் வரணும்னான்!’

‘புளுகு ஸார்.’

‘எல்லோரும் ஜிம்கானான்னா பணம் பிடுங்கலாம்னு... உனக்கு எத்தனை சார்ஜ்?’

‘நத்திங், ஒரு கப் காப்பி... இந்த ப்ளாப்பி.’

சோமசேகர் என்னை ஆச்சரியத்துடன் பார்த்து, ‘உங்க மாதிரி ஆளுங்க இருக்காங்களா?’

‘எனக்கு இங்க இருக்கறவங்க மாதிரி ஆளுங்கதான் வியப்பாக இருக்குது.’

‘பெஸ்ட் ப்ரைவேட் கிளப் இன் இண்டியா. ஏதாவது தனிப்பட்டு வீடியோ பார்க்கறியா? ‘இம்மானுவெல்?’ ‘டீப் த்ரோட்?’

‘இல்லை சார். அந்த தாத்தாகூட செஸ் ஆடணும்போல இருக்கு.’

‘தோத்துப் போயிடுவே, முன்னாள் கிராண்ட் மாஸ்டர். ரம்மி ஆடறியா?’

‘எவ்வளவு சார் பாய்ண்டு?’

‘சின்ன டேபிள்னா நூறு ரூபாய். பெரிசில ஆயிரம்.’

‘பாயிண்ட்டுக்கு ஆயிரம் ரூபாயா?’

‘ஆமா, ஸ்கூட்டுக்கு ரெண்டாயிரம். மிடிலுக்கு பிப்ட்டி. ஃபுல்லுக்கு ஒரு லட்சம்.’

‘மை காட்! அன்பிலிவபிள்.’

‘பப்புலு கேம் இருக்கு. நேச்சுரல் ஜோக்கர் உண்டு. ஸ்பேட் ஏஸ் இதுக்கெல்லாம் போனஸ் உண்டு.’

‘தலை சுத்துது. சார் யூ மீன் ஒரு ஆட்டத்திலேயே ஒரு ஆள் லட்சம் ரூபாய் இழக்கலாமா?’

‘ஆமா. லட்சம் ரூபாய்ங்கறது இங்க சின்ன நோட்டுப்பா.’

‘அத்தனை ரூபாயை எப்படி ஹாண்டில் பண்ணுவிங்க.’

‘எல்லாம் ப்ளாஸ்டிக் சிப்புங்க. சிவப்பு, பச்சை, நீலத் தகடுகள். முன்னாலேயே கொடுத்து மாத்திக்கணும்.’

‘நம்ப முடியவில்லை.’

‘பார்க்கறியா?’

‘ஒரு க்யூரியாஸிட்டிக்காவது பார்க்கிறேன்!’

‘இல்லை ஆடறியா?’

‘நோ! எங்கிட்ட பதினைஞ்சு ரூபாய் சில்லரைதான் இருக்கு.’

‘பரவாயில்லை. ஒண்ணு ரெண்டு சிப் தரேன். ட்ரை யுவர் லக்.’

‘நோ சார், கேக்கவே பயமா இருக்கு!’

‘அப்ப கொஞ்ச நேரம் பார்த்துட்டுப் போ.’

‘அனுமதிப்பாங்களா?’

‘எங்க கம்ப்யூட்டரை இத்தனை சீக்கிரம் ரிப்பேர் பண்ணி இருக்கே, உன்னை அனுமதிக்காமலா? வா.’

மாடிக்கு மரப் படிகளைக் கடந்து செல்லும்போது லைப்ரரி மிகப் பிரமாதமாக இருந்தது. கடந்ததும், உயர விதான ஹால் ஒன்றில் தாத்தாக்கள் படங்கள் எல்லாம் பாதி இருட்டில் உக்கிரமாக முறைத்துப் பார்த்துக்கொண்டிருக்க, வெயிட்டர்கள் ஜீவ்ஸ் போல உலவ, இங்கொன்றும் அங்கொன்றுமாக வட்ட மேஜைகளின்முன் பிரகாச விளக்கில் சில்க் வழுவழுப்பான கார்டுகளில் கவனத்துடன் உட்கார்ந்திருந்தார்கள்.

சோமசேகர், ‘எல்லா மேசைகளுமே பெரிசில்லை! நடுவில இருக்கு பாரு. அதான். மெல்ல மவுனமா வா.’

அருகே செல்ல எனக்கு மார்பு படக் படக்கென்று அடித்துக் கொண்டது. நிழல் பிரதேசத்தில் நின்றுகொண்டேன்.

சோமசேகர் மிக லேசான குரலில் என்னிடம் மெல்லப் பேசி, ‘இதான் அனிருத் தேசாய். எப்டி ஆடறான் பாரு. சீக்வன்ஸ் இல்லாம... ஜோக்கர் இல்லாம...’

நாலு ஆட்டின் ஆறு ஆட்டின் இரண்டுக்கும் இடையில் பொக்கை வந்தால் உடனே ரம்மி. அதற்குள் மற்ற பேர் யாராவது விரித்து விட்டால் ஃபுல்.

'பொக்கையை வெச்சிருக்கானே!' எனக்கே கை நடுங்க ஆரம்பித்தது.

அதிர்ஷ்டம் அஞ்சு ஹார்ட் வரும் பாரு. இவன் ஆடினாலே அவனவன் ஸ்கூட் பண்ணிடுவான். போய் அந்த நாற்காலியில் உக்காந்துக்கோ. மவுனமாப் பார்த்துக்கிட்டு இரு. அய்யோ வந்துட்டானே இவன்...'

சோமசேகர் பார்த்த திசையில் வந்துகொண்டிருந்தவரின் அருகில் இருந்த பெண்தான் என் கவனத்தைக் கவர்ந்தாள்.

அந்தப் பெண்ணுக்கு வயசு சொல்வது கஷ்டமாக இருந்தது. இருபத்தைந்துக்கப்புறம் பெண்கள் அழகு சாதனங்களின் உபயத்தால் வயசில் நகர மறுக்கிறார்கள். கண்ணருகில் குருவிப் பாதமும் கழுத்தருகில் தொங்கும் சதையும் வரும் வரை இந்தப் போராட்டத்தை அவர்கள் விடுவதே இல்லை. அதுவும் பெங்களூர் இங்கிலீஷ் ஜிம்கானாவுக்கு வரும் பெண்கள் அத்தனை லேசில் விட்டுக்கொடுக்க மாட்டார்கள் என்றே தோன்றியது. அதனால் அந்தப் பெண் இருபத்தைந்து என்றால் கேள்வி கேட்காமல் ஒப்புக்கொள்வேன். விளம்பரத்தில் இருந்து இப்போதுதான் வந்தவள் போலத் தோன்றினாள். கண்கள் அலைந்த விதத்தில் வரவேற்பு இருந்தது. தேவைக்கு ஒரு மில்லிமீட்டர்கூட அதிகம் போகாமல் அவர்களை எல்லாம் பார்த்துச் சிரித்து நேராக... நேராக ஆம், என்னருகே வந்தாள்.

நான் பிரமிப்புடன் அவளைப் பார்த்துக்கொண்டிருக்க, எனக்கு அருகே இருந்த நாற்காலியில் உட்கார்ந்துகொண்டு 'ஹாய்' என்று புன்னகைத்தாள். கைப்பையிலிருந்து புத்தகத்தை எடுத்து வைத்துக்கொண்டு உட்கார்ந்தாள்.

'உங்களை நான் பார்த்ததில்லை. புதுசா?' என்றாள்.

'ஆம். நான் இந்தக் கிளப்பில் மிக அன்னியன்.'

'அன்னியர்களை அனுமதிக்க மாட்டார்களே. நாயை அவிழ்த்து விடுவார்களே?' அவள் என்னை ஏறிட்டுப் பார்க்கையில், அவள்

தோற்றத்தின் மோகனம் தவறாமல் என் வயிற்றுக்குள் சங்கடம் பண்ணியது. மார்பின் மென்மையும், உடல் வண்ணத்தின் பள பளப்பும் குறைவு, அதிகப்படி என்று சரீரத்தில் எங்குமே இல்லா மல் 'ப்ரோட்டோடைப் உமன்' என்று முன்மாதிரி வேண்டும் என்று யாராவது மற்ற கிரகத்திலிருந்து கேட்டால் இவளை அனுப்பலாம் போலத் தோன்றியது.

'உட்காருங்க' என்றாள். 'நீங்கள் யார்?'

'நான் கம்ப்யூட்டர் ஆசாமி' என்றேன்.

'இண்ட்ரஸ்டிங். என்னிடம் ஒரு அட்டாரி இருந்தது. ஆடி ஆடி அலுத்துவிட்டது.'

'நான் அட்டாரி போன்ற குழந்தை கம்ப்யூட்டர் ஆசாமி இல்லை.'

'பார்த்தாலே தெரிகிறது, நீங்கள் வேறு ஜாதி என்று. ஜோல்னாப் பைதான் இல்லை, இன்டலக்சுவல் என்று பூரணமாகச் சொல்வதற்கு.'

'கேலி...'

'இல்லை...'

'இது என்ன புத்தகம்?'

காட்டினாள்.

தற்கொலை பற்றிய புத்தகம் அது.

நான் அவளை நிமிர்ந்து பார்த்து, 'புத்தகத்துக்கு மேட்ச்சிங்காக இல்லை நீங்கள்' என்றேன்.

'படித்ததெல்லாம் நடத்திக் காட்ட வேண்டுமா என்ன?'

'நீங்கள் யார்? அட்ரஸ் என்ன? தேவலோகமா?'

'நான் இங்கே இரவும் பகலும் சீட்டாடும் அனிருத் தேசாயின் மனைவி. அதோ பாருங்கள்.'

'தெரியும்.'

'எப்படி? நான் உங்களைச் சந்தித்ததில்லையே...'

‘இப்போது தான் சோமசேகர் உங்கள் கணவரைப் பற்றிச் சொன்னார். ரொம்ப திறமையான ஆட்டக்காரர் என்று... நிறைய ஜெயிப்பார் என்று...’

‘நிறைய தோற்பதை யாரும் சொல்ல மாட்டார்கள். உங்களிடம் கன் இருக்கிறதா... மெஷின் கன்.’

‘எதற்கு?’

‘மேசையில் இருக்கிற அத்தனை ஆண் பிள்ளைகளையும் சுட வேண்டும் ரட்ட... டட்ட... டட்!’

‘ஏன்?’

‘பின்னே என்ன? ஒவ்வொருத்தனுக்கும் வீட்டில் மனைவி இல்லையா? மகன், மகள் இல்லையா? அவர்கள் காத்திருக்க வில்லையா? இங்கு வந்து ஒரு நாளைக்கு 48 மணி நேரம் சீட்டாடி, சீட்டாடி, புகையைப் பாருங்கள்... சுருட்டு, பைப், சிகரெட், பாதி நிரப்பப்பட்ட சாராயம்... தூக்கமில்லாத கண்கள்!’

‘உங்களைப் போன்ற மனைவியை வீட்டில் விட்டுவிட்டு இங்கே சீட்டாடுகிறானா ஒருத்தன்? ஆச்சரியம்!’

‘மனைவி என்பது பழகிப் போய்விடுகிறது. இப்போது நீங்கள் என்னை முதன் முதல் பார்க்கிறீர்கள். நான் உங்களுக்கு ஃப்ரெஷ் ஷாக இருக்கிறேன். இதே என்னைக் கல்யாணமாகி பத்து வருஷம் பார்த்துப் பார்த்து அலுத்துப்போய் தினம் தினம் இரவு பகலாக படுக்கையிலும் பாத்ரூமிலும் பார்த்துப் பார்த்து என்னிடம் உள்ள எல்லா ஆச்சரியங்களும் கரைந்து விட்ட பின்?’

‘அன்பு என்று ஒன்று இருக்கிறதல்லவா... காதல் என்றும் ஒன்று?’

அவள் சிரித்து, ‘உங்களுக்குக் கல்யாணம் ஆகவில்லையா?’

‘ஆம்!’

‘அதுதான் அன்பு, காதல் என்றெல்லாம் பேசுகிறீர்கள். அன்பு தான் கல்யாணத்தின் முதல் இழப்பு. முதல் காஷுவால்டி!’

அவள் என்னை ஒரு மாதிரி பார்த்தாள். அந்தக் கணத்திலேயே அவளைக் காதலிக்கலாமா என்று தோன்றியது. என்ன பேசுவது என்று மூச்சுத் திணறியது. அவள் அந்த நிமிஷத்தில் காப்பாற்ற

வேண்டியவளாகத் தோன்றினாள். அனிருத் தேசாயை இங்கிருந்து பார்த்தேன். கவலையே இல்லாமல் வாயில் சிகரெட்டு தொங்க தன் சீட்டுக்களை ஸ்லோமோஷனில் பிரித்துக் கொண்டிருந்தான். இத்தனை அழகான, இளமையான, புத்தி சாலியான மனைவி காத்திருக்க கிழக் குரங்குகளுடன் சதா சீட்டாடும் கிராதகனை என்னவென்று சொல்வது? திரும்ப அவளைப் பார்த்து ஆறுதலாக ஏதோ சொல்ல வாய் எடுப்பதற்குள் 'ஹாய் கவிதா' என்று ஒரு அன்னிய ஆசாமி வந்து விசாரிக்க 'ஓ... ஹலோ வினோத், அட் லாஸ்ட்!' முதன் முதலாக ஒரு தெரிந்த முகம். 'வினோத் வா, கெட் மி எ ட்ரிங் வினோத்', என்று அந்தக் கடன்காரனுடன் போய் விட்டாள்.

நான் செய்வதறியாது மறுபடி சீட்டாட்டத்தின் அருகில் வந்தேன். கவிதாவின் கணவன் தலை கலைந்து தீவிரமாக இருந்தான். அவனுக்கு எதிராக இருந்த ப்ளாஸ்ட்டிக் வட்டங்கள் எல்லாம் காலியாகி எதிராளியிடம் போயிருக்க... நான் மனசுக்குள் சோமசேகரின் கணக்குப்படி எண்ணிக்கை பண்ணிப் பார்த்ததில் அவன் ஒரு எட்டு லட்சமாவது இழந்திருப்பான் என்று தோன்றியது. எல்லாமே பொய்யாக இருந்தது. பொய் நாணயங்கள். பொய் மனிதர்கள். இந்தியா போன்ற ஏழை நாட்டில் இது எப்படிச் சாத்தியம்? ஒரு நாளைக்கு இத்தனை லட்சமா? என் வாழ்நாள் முழுவதும் ராப்பகலாக உழைத்தாலும் இந்த அளவு பணத்தைக் கண்ணால் பார்க்க முடியாது.

'அனிருத்! ரொம்பத் தோற்று விட்டாய்...' என்று அவனுக்கு எதிரே இருந்தவன் வற்புறுத்தினான். அவன் மட்டும்தான் கோதாவில் பாக்கியிருந்தான்.

'நத்திங் டூயிங்... இன்னொரு ஆட்டம்!'

'தோற்றாகி விட்டது. உன்னிடம் காசு இல்லை அனிருத், சொல்வதைக் கேள்.'

அனிருத் தேசாயை அப்போதுதான் கிட்டத்தில் பார்த்தேன். தொங்கிய சங்கிலியை உருவினான். 'இது எத்தனை பெறும்?'

'ஒரு ஸ்கூட்கூட வராது.'

'மோகன்... மோகன்... ஐ மஸ்ட் வின்... ஐ மஸ்ட் வின்!'

‘இன்றைக்கு உன் தினம் இல்லை. அனிருத், உன் மனைவி காத்திருக்கிறாள் போ...’

‘ஐ மஸ்ட் வின். நான் ஜெயித்தே ஆகவேண்டும். வேறு வழி யில்லை. இன்னும் ஒரு ஆட்டம் ஆடினால் போதும்... லக் திரும்ப வேண்டும்... தொடர்ந்து பதினெட்டு முறை தோற்றிருக் கிறேன்... ஸ்டாட்டிஸ்டிக்ஸ்படி இது சாத்தியம் இல்லை. எண்கள் எனக்கு பேசியே ஆகவேண்டும். மோகன் இன்னும் ஒரே ஒரு ஆட்டம்.. ப்ளீஸ்... ப்ளீஸ்...’

‘உன்னிடம் காசில்லை அனிருத்!’

‘எது வேண்டுமானாலும் கேள்... என் மாருதி, என் ஃப்ளாட் எது வேண்டுமானாலும்!’

‘டோண்ட் பி ஸில்லி....’

‘நோ அனிருத்... இனஃப்...இனஃப்...தோற்றது போதும்’ என்று மோகன் என்கிறவன் தன் ப்ளாஸ்டிக் ஐஸ்வர்யத்தைத் திரட்டிக் கொள்ள அனிருத் தள்ளாடி எழுந்து, ‘டோண்ட் கோ! ஆடி விட்டுத்தான் போகவேண்டும்’ என்று முறைத்தான்.

‘அனிருத்! உன்னிடம் ஆடுவதற்கு ஏதும் இல்லை. கிளப் ரூல்ஸ் தெரியாதா, கடன் வைத்து ஆடக் கூடாது என்று. நீ அதிகமாகவே தோற்று விட்டாய். அதிகமாகக் குடித்தும் விட்டாய்!’

‘மோகன்! ஒரு ஆட்டம் மோகன்! ஜெயித்துத்தான் ஆக வேண்டும். டபுள் ஆர் க்விட்ஸ் ஆடலாம் மோகன்.’

‘நோ...’ என்று சொன்ன மோகனின் காலரைப் பிடித்து ‘யூ காண்ட் டூ திஸ் டு மி’ என்று அழுகிறாற்போலச் சொன்னான்.

‘நான் வருகிறேன்’ என்றான் மோகன்.

‘மோகன் ஆல் ரைட். ஒன் லாஸ்ட் பெட். என்னிடம் இருக்கும் கடைசி சொத்து...’

‘என்ன?’

‘கவிதா. இதற்கு வருவாய்... தெரியும்!’

‘யூ ஆர் ஜோக்கிங்!’

மோகனின் முகம் இறுகியது.

'நோ சீரியஸ். இந்த ஆட்டம் ஒரே ஷஃபிள்... தோற்றால் கவிதா... ஜெயித்தால் அத்தனை பணமும் எனக்கு!'

'வாட் டூ யூ மீன் கவிதா?' என்றான் மோகன் சிரித்துக்கொண்டே. 'நான் ஜெயித்தா கவிதாவை...கவிதாவை...'

'டேக் ஹர்! எடுத்துக் கொள்!'

மோகன் அவனை ஒரு மாதிரிப் பரிதாபமாகப் பார்த்து, 'யூ ஆர் நட்ஸ்! வாக்கோ! க்ரேஸி!' என்றான்.

'இல்லை மோகன். ஐம் சீரியஸ். உனக்குக் கவிதாவின் மேல் ஒரு கண் என்பது எனக்கு முன்னமேயே தெரியும். உனக்கு அவள் தானே வேண்டும்? அவளுக்காக நீ சாம்ராஜ்யத்தையே கொடுப் பாய் என்பதும் தெரியும். டேக் ஹர்! டேக் ஹர்! கடைசியாக இந்த ஆட்டம் ஆடியே ஆகவேண்டும். என் லக் திரும்பியே ஆக வேண்டும்.'

மோகன் அவனைச் சற்று நேரம் கண் கொட்டாமல் பார்க்க, எனக்கு இதெல்லாம் நிஜமா பொய்யா, கதையா வாழ்க்கையா, எந்த அபத்த நாடகத்தின் காட்சி இது என்று ஸ்தம்பித்துப் போய் நிற்க...

மோகன் மெல்ல சீட்டுக்களைச் சேகரித்துக்கொண்டு இரண்டு விரல்களால் அதை விர்ர்ரினான். வெட்டினான். மறுபடி கும்பாச்சி பண்ணிக்கொண்டு மறுபடி விர்ர்ர்...

'ஆர் யூ சீரியஸ், அனிருத்?'

'எஸ்... எஸ்... எஸ்...'

மோகன் திரும்பி கவிதா இருந்த பக்கம் பார்க்க... அவள் அந்த மூலையில் இங்கே நடக்கும் உச்சக்கட்டம் பற்றி ஏதும் தெரியாது தலை மயிரை நளினமாகத் தள்ளிக்கொண்டு பேசிக்கொண் டிருந்தாள்.

'டீல்!'

நான் உடனே பாய்ந்து, அந்தப் பைத்தியக்கார சூதாட்டத்தை, அந்த சமகாலத் தருமனைத் தடுக்க முற்படாமல் ஆர்வமும்

வயிற்றில் பயமும் பச்சாதாபமும் கலந்து, வாய் சீல் அடித்தாற் போல ஏதும் பேசத் தெரியாமல், செய்யத் தெரியாமல்... மோகனின் நளின விரல்கள் மாற்றி மாற்றி தனக்கும் எதிராளிக்கும் சீட்டுக்களை விசிற, அனிருத் தேசாய் தன் சீட்டுக்களைப் பார்க்காமல் பிரமிப்பிலேயே இருந்தான்.

'அனிருத், இப்ப கூட இட்ஸ் நாட் லேட்!'

'ஷட் அப்... டீல்!'

தன் சீட்டுக்களை அடுக்கி வைத்துக்கொண்டு சற்று நேரம் தியானம்போல கண்ணை மூடிக்கொண்டு இருந்துவிட்டு மெல்ல ஒவ்வொன்றாகப் பிரித்துப் பார்த்தான் மோகன். ஜோக்கரை வெட்டி விட்டுத் தன் சீட்டுகளைச் சேகரித்துக்கொண்டு, ஒரு முறை தேசாயையும், ஒரு முறை கவிதாவையும் பார்த்துக் கொண்டுவிட்டு தன் சீட்டுக்களை விரலில் எச்சில் தொட்டுக் கொண்டு ஒவ்வொன்றாகப் பிரித்துப் பார்த்தான்.

நான் முட்டாள். பாய்ந்து தடுக்காமல் ஏன் தொடர்ந்து பார்த்துக் கொண்டிருக்கிறேன் என்று எனக்கே புரியவில்லை. ஒரு வேளை நானும் அனிருத் தேசாய் போன்ற ஆண் மகன்தானோ? பெண்களை அடிமைப்படுத்துவதிலும் இழிவுபடுத்துவதிலும் விற்பதிலும் ஒரு ஆதாம் காலத்து இச்சை எனக்கும் உள்ளதா? ஆர்வமோ? எதனால் அந்த வினோத விளையாட்டைக் கலைக்காமல் வாளா விருந்தேன்?'

அனிருத் தேசாயின் சீட்டுக்களைப் பார்த்தேன். எனக்கு ஒருவாறு ஆறுதலாக, ஏன் ஏமாற்றமாகக்கூட இருந்தது. ஒரு சீக்வன்ஸ், இரண்டு ஜோக்கர் வந்து பன்னிரண்டு சீட்டுகள் அமைந்திருந்தன. எனக்குச் சற்று பால் வார்த்ததுபோலவும் சற்று ஏமாற்றமாகவும் இருந்தது.

'ஒரே ஒரு டச்சர்தான் வேண்டும். அடுத்த முறை வந்தே விடும்... அப்பாடா...'

மோகன் சீட்டை என்னால் பார்க்க முடியவில்லை. முதல் சீட்டை எடுத்தான். சற்று நேரம் யோசித்தான்.

அனிருத் 'சீக்கிரம்... சீக்கிரம்' என்றான். ஜெயிக்கப் போகிறான்.

மோகன் சற்று நேரம் தன் கைச் சீட்டை நோக்கிக்கொண் டிருந்தான். பிறகு நிதானமாக.

‘அனிருத்! ஐம் வெரி வெரி ஸாரி. டெல்ட் ஹாண்ட்!’ என்று அத்தனை சீட்டுகளையும் விரித்தான்.

தேசாய் அப்படியே தன் கன்னத்தில் கை வைத்தவன், ‘மை காட்! மை காட்!’ என்றான். ‘ஐ ஜஸ்ட் காண்ட் பிலீவ் இட்’ என்று மேல் சீட்டைத் திருப்பிப் பார்த்தான். அவனுக்கு வேண்டிய சீட்டு அது. மோகன் தன் ப்ளாஸ்டிக் வட்டங்களைச் சேகரித்துக்கொண்டு திரும்பி ‘வெல்! யூ லாஸ்ட் யுவர் ஒய்ஃப்!’

‘கவிதா!’ என்று சற்று இரைந்து கூப்பிட்டான்.

அவள் அங்கே தனியாக இப்போது புத்தகம் படித்துக் கொண் டிருந்தாள்... ‘எஸ் மோகன்!’

‘இங்கே வா’ என்றான். ‘முக்கியமான விஷயம்.’

அவள் ஆர்வத்துடன் வர, தேசாய் மேஜையையே வெறித்துப் பார்த்துக் கொண்டிருக்க...

‘டார்லிங், இஸ் இட் ஓவர்? வீட்டுக்குப் போகலாமா? ஓ மை! யூ லாஸ்ட் எ லாட்! வா வா போகலாம் இனஃப் இஸ் இனஃப்.’

‘கவிதா!’

‘என்ன மோகன்?’

‘நான் உன்னுடன் பேசவேண்டும். இன்றைக்கு உன் கணவன் ஒரு வினோதமான காரியம் செய்தான். அதன்படி...’

அவன் மேலே சொல்வதைக் கேட்பதற்குள் என் தோளில் யாரோ தட்டுவதை உணர்ந்தேன். சோமசேகர் ‘என்ன சார் போகலாமா.’ நான் ‘இருங்க சார்’ என்று சொல்வதற்குள் சோமசேகர் அவர் களிடம் சென்று...

‘கவிதா! டேக் தெம் ஹோம் ப்ளீஸ்! இனஃப்!’

‘இருங்க. அந்த விவகாரம் என்ன ஆச்சுன்னு...’

எந்த விவகாரம் என்பதற்குள் மோகன், கவிதா, அனிருத் தேசாய் மூவரும் எழுந்து நடக்க ஆரம்பிக்க சோமசேகர் என்னைக்

கைத்தாங்கலாக தள்ளாத குறையாக வெளியே அழைத்து வந்தார்.

நான் கடைசியாக அந்தக் கிளப்பை விட்டு வெளியே வரும் போது அவர்களை மறுபடியும் கார் அருகில் பார்த்தேன்.

தேசாய் கதவருகில் நின்றுகொண்டிருக்க, இந்தப் பக்கம் மோகன் பேசிக் கொண்டிருப்பதை கவிதா நிதானமாகக் கேட்டுக் கொண்டிருந்தாள். மோகன் சொல்லி முடித்ததும் கவிதா நிதானமாக அவர்கள் இருவரிடமிருந்தும் பின்வாங்கினாள்.

நின்றாள்.

அந்த இரவின் நிச்சலனத்தில் கவிதாவின் கிறீச்சிட்ட சிரிப்பு என் உள்ளத்தைத் துளைத்தது.

2

நேற்று வருவேன்

கதவைத் திறந்தபோது நான் எதிர்பார்த்தது இஸ்த்திரி சட்டைகளுடன் லாண்டரிக்காரனை. ஆனால் நின்றுகொண்டிருந்தது ஒரு பெண். ஒரு செண்டிமீட்டர் புன்னகைத்தவுடனே அதை ரத்து செய்துவிட்டு, 'நீங்கதானே...' என்றாள்.

நான் 'அஅஆமாம்' என்றேன் தயக்கத்துடன். இந்த வேளையில் மற்றொரு ரசிகைக்கோ, எழுத்து பற்றிய உபதேசங்களுக்கோ, கவிதை கட்டுரைகளை வாசிப்பதற்கோ தயாராக இல்லாததால் வாசலை இன்னமும் வழி மறித்துத்தான் நின்றுகொண்டிருந்தேன்.

'உள்ள வரலாமா' என்றாள். மறந்துபோனதுபோல பத்து தடவை கண்ணைக் கொட்டினாள்.

'என்ன விஷயமா?' என்றேன்.

'உங்க புத்தகம் பற்றிப் பேசத்தான் வந்திருக்கிறேன்.'

'எந்தப் புத்தகம்? எத்தனையோ புத்தகம் எழுதியிருக்கிறேன்!'

'வழி விட்டிங்கன்னா உள்ளே வந்து ஒரு நிமிஷம் பேச விருப்பம்' என்றாள் சற்றே கெஞ்சலாக.

‘நான் வந்து... நான் வந்து... வெளியே கிளம்பிக்கிட்டு இருக்கேன்.’

‘ஒரு நிமிஷம் சார்?’

‘சரி வாங்க’ என்றேன்.

அவள் கண்களில் லேசாக ஈரமிருந்தது. கண் கொட்டாமல் என்னைப் பார்த்தது உள்ளுக்குள் துறுதுறு என்றது. இத்தனை ஆழமாக என்னை நாற்பத்து எட்டு வருஷங்களில் யாரும் பார்த்ததில்லை.

‘உக்காருங்க’ என்றேன்.

அவள் ஒரு மாதிரி புடைவை அணிந்திருந்தாள். பரத நாட்டிய டிரஸ் மாதிரி என்று முழுவதும் சொல்லிவிட முடியவில்லை. காலில் பைஜாமா போல இருந்தாலும் இடுப்பில் தாவணி சுற்றி மார்புக்குக் குறுக்காக இறுக்கியிருந்தாள். கோதுமை சிவப்பாக, ஒரு துளியும் வியர்க்காமல் கடை பொம்மைபோல் இருந்தாள். சாதாரணமாக இந்த சைஸ் பெண்களுக்கெல்லாம் மேல் உதட்டிலும் அக்குளிலும் உத்தரவாதமாக வியர்த்து விட்டிருக்கும். இவள் ஒருமாதிரி அசெப்டிக் சுத்தமாக இருந்தாள். பக்கத்தில் வினோதமான பஞ்சக வடிவத்தில் ஒரு பை வைத்திருந்தாள். அந்த டிரஸ்ஸுக்குப் பொருத்தமே இல்லாத பை. அதில் புத்தகங்களும் சிற்சில சாதனங்களும் தெரிந்தன.

‘உங்க பேரு’ என்றேன்.

‘பேரு... பேரு... வந்து... மது... மதுமிதா.’

உட்கார்ந்துகொண்டபோது, ‘உங்க புத்தகத்தைப் பற்றிக் கேக்கத் தான் இவ்வளவு தூரம் வந்தேன்!’

‘எந்தப் புத்தகம்?’

‘நாம் தனியல்ல’ன்னு ஒரு புத்தகம்.

‘ஓ அதுவா!’ என்றேன். ‘அப்படின்னா உங்களுக்கு விஞ்ஞானத்தில் விருப்பமா?’

‘ஆமாம்.’

‘உங்களைப் பார்த்தா மிஸ்ட்ரிஸ் அல்லது காதல் டைப்புன்னு தோணுச்சு.’

‘நீங்க அந்தப் புத்தகத்தில் எழுதியிருந்ததெல்லாம் நிஜம்னு நம்பறீங்களா?’

‘சாத்தியக்கூறுகள்னுதான் நம்பறேன்.’

‘பூமியைத் தவிர மற்ற உலகங்கள்ளயும் உயிர் இருக்க முடியும்ங் கறீங்க?’

‘இருக்கலாம்ங்கற சாத்தியக்கூறுகளைத்தான் அந்தப் புத்தகத்தில் ஆராய்ந்திருக்கிறேன்.’

‘ஏன் நீங்க இருக்குதுன்னு அடிச்சுச் சொல்லக் கூடாது?’

என்னருகில் லேசாக நகர்ந்தாள். எனக்கு மெலிதான கிளர்ச்சியை ஏற்படுத்தியது. கை கட்டிக்கொண்டபோது தம்மை அறிவித்துக் கொண்ட அவள் மார்பகங்கள் பேச்சைக் கவனிக்கத் தடையாக இருந்தன.

‘என்ன பாக்கறீங்க?’ என்றாள்.

திடுக்கிட்டேன். ‘ஒண்ணுமில்லை ஸாரி.’

தன் மார்பைப் பார்த்துக்கொண்டு, ‘இங்கதான் பாத்தீங்க. ஏதாவது தப்பா?’ என்றாள். ‘ஸாரி சரியா இல்லை. இல்லையா? ஒரு புஸ்தகத்தில் இந்த டிரஸ்ஸைப் பார்த்தேன்.’

‘மன்னிக்கவும். நவீன நாகரிகத்தில் பெண்களைப் பார்க்கற திசை கள்லயும் வகைகள்லயும் நிறைய தடைகள் இருக்குது. இனிமே உங்க கண்ணையே பார்க்கறேன். சொல்லுங்க’ என்றேன்.

அவள் பதிலுக்கு மறுபடி ஆரம்பப் பத்தியில் சொன்ன செண்டி மீட்டர் சிக்கன சிரிப்பைத் தந்துவிட்டு உடனே சொன்னாள். ‘இன்னைக்குப் பத்திரிகையில் வந்த செய்தியைப் பார்த்தீங்களா?’

இப்பல்லாம் பத்திரிகையே பார்க்கறதில்லை. கழிப்பிடங்கள்ல எழுதவேண்டியதெல்லாம் பத்திரிகையில லீடர்ஸ் சொன்னதாப் போடறாங்க.’

அவள் அந்த ஏளனத்தை மதிக்காமல் பத்திரிகையைத் தன் பையிலிருந்து எடுத்துச் சுட்டிக்காட்டினாள்.

நள்ளிரவில் பறக்கும் கப்பல்
ஜோதி போல இறங்கியது
பலபேர் பார்த்ததாக சத்தியம்
— கலெக்டர் அறிவிப்பு.

'இதை நீங்க நம்பறீங்களா?'

'இல்லைங்க. மனித சரித்திரத்தின் ஆரம்பத்தில் இருந்தே இந்தப் பறக்கும் தட்டைப் பார்த்ததா ஜனங்க அங்கங்கே சொல்லிக்கிட்டு இருக்காங்க. இதுவரைக்கும் விஞ்ஞான ரீதியில ஏதும் நிரூபணம் ஆகலை. அமெரிக்காவில் கோடிக்கணக்கில் செலவழிச்சு ப்ராஜெக்ட் யூ.எஃப்.ஓன்னு வருஷங்களாக விசாரிச்சு ஆயிரம் பக்க காண்டன் ரிப்போர்ட் தயாரிச்சாங்க.'

'அது என்ன காண்டன் ரிப்போர்ட்டா?' தன் பைக்குளிருந்து குறிப்புப் பத்தகம் எடுத்து எழுதிக்கொண்டாள். 'அது என்ன சொல்லுது?'

'ஒரு வரியில் சொல்லப்போனா, இதுவரைக்கும் பாத்த பறக்கும் தட்டுங்கள்ளாம் ஒண்ணு ஏமாத்து வேலை, இல்லை பிரமை, இல்லை சாதாரணமா வானத்தில் தோன்றக்கூடிய பெரிய பலூன் கள், ஏரோப்ளேன்கள், ஏன் வீனஸ் கிரகம், திரும்ப வந்துகிட் டிருக்கிற சாட்டிலைட்டுகள், அப்புறம் வான மண்டலத்தில் ஏற்படற இயற்கையான சலசலப்புக்கள். இவற்றைத்தான் பறக்கும் தட்டுன்னு மக்கள் தப்பா சொல்லியிருக்காங்கன்னு தீர்மானமா ப்ரூவ் பண்ணியிருக்காங்க. டிவியிலகூட ஒரு சீரியல் வந்ததே பார்த்தீங்களா?'

'அப்ப பூமிதவிர, வேற எந்த கிரகத்திலயும் உயிர், ஜீவன்ங்கறது இருக்க முடியாதுங்கறீங்க?'

'இருக்கக் கூடிய சாத்தியக் கூறுகள் கம்மி. மார்ட்டின் கார்ட்னர் இது ஸ்டாட்டிஸ்டிக்ஸ்படி, தற்செயலாகக்கூட சாத்தியம் இல்லைன்னு நிரூபிச்சிருக்கார்.'

'கார்ல் ஸேகன் நம்பறார்போல இருக்குதே.'

நான் அவளை முதன்முதலாகத் தீவிரமாகப் பார்த்தேன். அவள் புன்னகைத்து (இந்த முறை இரண்டு செண்டிமீட்டர்), 'நான் இந்த சப்ஜெக்ட்டில் எல்லாப் புத்தகங்களும் படிச்சுட்டேன் சார். ஸேகனைச் சந்திக்க விரும்பறேன். அவர் எங்க இருப்பார்?'

‘அமெரிக்காவில்’ என்று சிரித்தேன்.

‘ரொம்ப தூரமோ இங்கேருந்து?’

அவள் கண்களைப் பார்த்தேன். ஒரு வேளை அரை கிராக்கோ! அப்படித்தான் போலும். ஜாக்கிரதை. உடை ஒரு மாதிரி இருக்கிறது. பேச்சும் நடையும்கூட. அன்னியர் வீட்டு வாசல் கதவைத் தட்டி உள்ளே சுதந்தரமாக நுழைந்து... யோசித்துப் பார்த்தால் இவள் கதவைத் தட்டவில்லை. கதவைத் திறந்த போது அங்கேயே நின்றுகொண்டிருந்திருக்கிறாள்!

‘என்ன யோசிக்கிறீங்க. இந்தப் பொண்ணு ஒரு வேளை அரை கிராக்கா இருக்குமோன்னுதானே?’ என்றாள். நான் திடுக்கிட்டேன்.

‘என்னால் உங்க எண்ணங்களைப் படிக்க முடியறது. சொல்லுங்க. உங்க அபிப்ராயம் என்ன? அந்தப் புஸ்தகத்தை எழுதறபோது உங்களுக்கே நம்பிக்கை ஏதும் இருக்கறதாத் தெரியலை.’

‘இதுவரை மற்ற பேர் என்ன என்ன சொல்றாங்கங்கறதைத் தொகுப்பா கட்டுரை வடிவங்கள்ள கொடுத்திருக்கேன். பறக்கும் தட்டைப் பாத்தவங்க யாரும் கிடையாது. மற்ற உலகத்து மனுஷங்களைப் பாத்தவங்களும் இல்லை.’

‘அப்ப இந்த பேப்பர் செய்தி?’

‘அய்யோ! பேப்பர்ல வர்றதையெல்லாம் நம்பாதீங்க. அப்பப்ப தட்டு எறங்கினது. அதிலருந்து மூணு கண்ணு, நாலு காலு மனுஷங்க எறங்கினதைப் பார்த்தேன்னு மாரிசாமியோ, முனுசாமியோ பாத்ததாக, கேட்டதாகச் சொல்லுவாங்க. சம்பந்தப்பட்ட மாரிசாமியப் போய்ச் சந்திச்சா, ஃபுல் தண்ணில இருப்பார்.’

‘குளிச்சுக்கிட்டு இருப்பாரா?’

‘தண்ணி, சாராயம், ஆல்கஹால்!’

‘ஃபுல் தண்ணி!’ என்று தனக்குள் சொல்லிக்கொண்டாள். ‘அப்ப நான் என்ன நம்பறேன்னு சொல்லட்டுமா?’ என்று அவள் சுதந்தரமாகச் சாய்ந்துகொண்டாள். ‘நீங்க எங்கயும் போகவேண்டிய அர்ஜெண்டுன்னா சொல்லுங்க.’

‘அப்புறம் வரீங்களா?’

‘இல்லை. உங்ககூட வரேன். ஆட்சேபணை இல்லையே?’

தெருவில் இவளுடன் நடந்து சென்றால் பேட்டையே என் மனைவி ஊரிலிருந்து திரும்ப வந்ததும் ரிப்போர்ட் கொடுக்கும். இப்போதே எத்தனை கண்கள் என் திறந்த வாசலைக் கண்காணித்துக்கொண்டிருக்கின்றனவோ!’

‘இன்னைக்கு இங்கதான் தங்கப் போறேன்.’

‘இங்கயா! யூ மீன்... இந்த வீட்டிலயா?’

‘ஆமாம் சார். நீங்க என் அபிமான எழு...எழு...எழுத்தாளர்.’

தன் மேலங்கியை ‘கொஞ்சம் டைட்டா இருக்கு’ என்று தளர்த்திக் கொண்டாள். பக்கத்தில் தட்டி, ‘உட்காருங்க’ என்று சொல்ல, நான் இயல்பாகக் கதவை மூடிவிட்டு உள்பக்கம் தாளிடாமல் உட்கார்ந்தேன்.

‘நீங்க என்ன யோசிக்கிறிங்கன்னு தெரியுது. கதவைச் சாத்திட்டா மத்தவங்க பார்க்க மாட்டாங்க. அதே சமயம் உள் பக்கம் தாளிடாம இருந்தா ஓடறதுக்கு சவுகரியமா இருக்கும். ஆர்வம். பயம்!’

‘யூ ஆர் எ மைண்ட் ரீடர். மன்னிக்கவும். எழுத்தாளனாக இருந் தாலும் ஆதாரமா அவன் ஒரு சாதாரண மனிதன்தான். சமூகத்தில் உள்ள எல்லா ஆர்வங்களும் பயங்களும் எனக்கும் உண்டு.’

‘அதெல்லாம் வேண்டாம்.’

‘ஏதாவது சாப்பிடறீங்களா?’

‘இல்லை. எனக்குப் பசி கிடையாது.’

‘ஏன். ஏதாவது ரிஷியா?’

என் பக்கத்தில் வந்து உட்கார்ந்துகொண்டு என்னை அணைத்துக் கொண்டாள். ‘உங்களைக் கிஸ் பண்ணணுமா? முத்தம் கொடுக்கணுமா?’ என்றாள்.

‘வேண்டாங்க’ என்றேன். நகர முயற்சி செய்யாமல்.

‘எத்தனையோ கோடி கோடிக்கணக்கான நட்சத்திரங்கள், அவற்றுக்கு உண்டான கிரகங்கள், உபகிரகங்கள் இருக்கறப்ப

அதில எதிலயாவது ஒண்ணுல உயிர் இருக்க முடியாதா. சொல்லுங்க!'

'இருந்தாலும் அந்த உயிர் மனித வடிவில் இருக்குமாங்கறதுதான் பிரச்னை. பூமியில் கார்பன், நைட்ரஜன், ஆக்ஸிஜன் அதிகமாக இருக்கறதால இவற்றைச் சார்ந்து பூமியில் உயிர் வடிவம் ஏற்பட்டது. மற்ற கிரகங்கள்ல உயிர்ங்க இருந்தாக்கூட இந்த மாதிரி ஆர்கானிக் வகையில இருக்கறதுக்கு விஞ்ஞானப்படி சாத்தியக்கூறு ரொம்பக் குறைவு. அதைத்தான் கார்டனர் சொல்றார்.'

'ஒப்புத்துக்கறேன். மற்ற கிரகங்கள்ல உள்ள மனுஷங்க மனிதர்கள் கண்ணுக்குத் தெரியாம இருக்கலாம். இன்ஃப்ரா ரெட் ரேடியோ பிரஜைகளாகக்கூட இருக்கலாம். அவங்க ஆதார அமைப்பு வேற பொருள்கள் கொண்ட, சிலிக்கன் அல்லது நைட்ரஜன் பிரஜைகளாக இருக்கலாம். அவங்க ஒரு சூப்பர் மூளை உள்ளவங்களாக இருக்கலாம் இல்லையா? மனிதர்கள், இத்தனை வருஷமா கத்துக்கிட்டதை எல்லாம் அவங்க ஒரு மணி நேரத்தில் கத்துக்கக் கூடிய அதிவேக மூளை உள்ளவர்களாக இருக்கலாம், இல்லையா?'

'இருக்கலாம். சாத்தியம்தான்.'

இவளை மாதிரி டைப்பை நான் சந்தித்திருக்கிறேன். 'நமக்கு எல்லாமே தெரிந்துவிட முடியுமா' ரகம் இவள்.

'அப்படிக் கத்துக்கிட்டவங்க பூமியில் உள்ளவங்ககூட தொடர்பு கொள்ள முயற்சிக்கலாம் இல்லையா?'

'வாஸ்தவம்தான். உண்மைத் தேடல்ங்கறது பிரபஞ்சம் முழுவதுக்கும் பொதுவானது. ஆனா அவங்க நம்மகூட தொடர்பு கொள்ள, முதல்ல அவங்க நம்மோட ஏதாவது புலனுக்குத் தெரியணும். அவங்க நம்ம பாஷை பேசணும். நம்ம சங்கேதங்கள், இன்ஃபர்மேஷன் இதெல்லாம் அவங்களுக்குத் தெரியணும்.'

'ஏன் சார். அவ்வளவு புத்தி உள்ளவங்க மனித வடிவம் பெற்று மனித பாஷையைக் கத்துக்கறது அத்தனை கஷ்டம்னா சொல்றீங்க? இத்தனைக் கற்பனை உள்ள எழுத்தாளர், யோசிச்சுப் பாருங்க!'

'நீங்க சயன்ஸ் பேசறீங்களா, சயன்ஸ் ஃபிக்ஷனா?'

அவள் ஆர்வத்துடன் தொடர்ந்தாள். 'இப்ப என்னையே எடுத்துக் கங்க. நான் ஒரு மனுஷிதான்னு எப்படி நிச்சயம் சொல்ல முடியும் உங்களால?'

நான் சிரித்தேன். 'முடியுங்க. அதுக்கு முறைங்கள்ளாம் இருக்கு!'

'இந்தப் பேப்பர்ல வந்திருக்கே பறக்கும் தட்டு. அதில மனித ரூபத்தில் நான் வந்து உங்க வீட்டு அட்ரஸ் கேட்டுக்கிட்டு நேத்திக்கு வருவேன்னு வெச்சுக்குங்க!'

'நேத்திக்கு?'

'ஸாரி. இலக்கணம் தப்பில்லை? நேத்திக்கு வந்தேன்னு வெச்சுக் கங்க. வந்து உங்க வீட்டை விசாரிச்சிக்கிட்டு வரேன். ஏன்னா நான் எங்க கிரகமான ஆல்ஃபா நைன்ட்டில, லைப்ரரியில் உங்க புத்தகம் எல்லாம் இருக்குது, அதைப் படிச்சுட்டு இந்தாளு நாம சொல்றதை நம்பலாம், பதற்றப்படாம இருப்பான் அப்படிங்கற நம்பிக்கையில் உங்ககிட்ட வந்தவள்னு வெச்சுக்கங்க. பேர் கேட்டபோதுகூட மதுமிதான்னு உங்க ஹீரோயின் பேரைச் சட்டுன்னு சொல்லிட்டேன்னு வெச்சுக்கங்க!'

'சொல்லுங்க மேலே! பயங்கரமான கற்பனை சக்தி இருக்குது உங்களுக்கு.'

'ஆல்ஃபா தொண்ணூறுங்கற கிரகம் ஆண்ட்ரோமீடா காலக்ஸி யைச் சேர்ந்தது. அங்க இருக்கற ஜனங்கள் இங்கே இருக்கறவங்க கண்ணுக்குத் தெரியாவிட்டாலும் கத்து வெச்சுக்கிட்டு இருக்கிற அதிபுத்திசாலிங்க. உங்க பாஷை, உங்க பழக்கவழக்கங்களை எல்லாம் ஒரு வாரம் 'க்ராஷ் கோர்ஸ்'னு சொல்லுவீங்களே, அதை முடிச்சுட்டு பறக்கும் தட்டு வழியா இங்க வந்து இறக்கி விட்டிருக்காங்க. வேற்றுலகங்கள்ல உயிர்கள் இருக்கலாம்னு நம்பறவங்களை எல்லாம் பேட்டி காண...'

அவள் கண்கள் அதிகப்படியான துறுதுறுப்புடன் என்னை எதிர்பார்த்தன.

நான் அவளை முதுகில் தட்டி ரசித்துச் சிரித்தேன். 'ரொம்ப வளமான கற்பனைங்க உங்களுக்கு! நிச்சயம் விஞ்ஞானக் கதைகள் எழுதலாம். அதுக்கான அருகதை இருக்குது. அப்ப...' என்று பாதியில் நிறுத்தினேன்.

'சார். உங்களை மற்றொரு விஷயம் விசாரிக்கணும். இங்க எங்கயாவது நைட்ரஜன் கெடைக்குமா?'

'நைட்ரஜனா! எதுக்கு?'

'தேவைப்படுது எங்களுக்கு நாளைக்கு. நாங்கள்ளாம் நைட்ர ஜனைச் சுவாசிக்கறவங்க!'

'கமான் மது! கற்பனை உலகில் வாழ்ந்தது போதும்.'

அவள் சிரித்து, 'நம்ப மாட்டீங்க இல்லை?' என்றாள்.

'மற்ற உலகத்தில் உள்ள உயிர்களோட தொடர்பு கொள்றதுங் கறது இத்தனை சுலபமில்லை. வாயேஜர்னு நாம விண்வெளிக் கப்பல் அனுப்பிச்சம் பாருங்க. அதில மனித இனத்தைப் பற்றி பரிணாமத்தைப் பற்றி ஒரு செய்தி பதித்த தகடை விண்வெளியில வேற எங்கயாவது உயிரினங்கள் இருந்தா அவங்களுக்குப் புரிய வெக்கறதுக்காக எப்படிப் பதிப்பிக்கிறதுன்னு ஒரு கமிட்டியே போட்டு யோசிச்சாங்க. உங்க கார்ல் ஸேகனும் ஒருத்தர்.'

'அதனால?'

'அங்க உயிரினங்கள் இருந்தாலும் அவங்ககூட தொடர்பு கொள்றது ரொம்ப ரொம்பக் கஷ்டம். பல்ஸார்னு சொல்றாங்க. அதிலிருந்து வர்ற ரேடியோ சக்திகூட வெளியுலகச் செய்தின்னு ஒரு கோஷ்டி சொல்லிக்கிட்டு வர்றது. பொதுவா இது வரை யிலும் கெடைச்ச சாட்சியங்களைக் கவனிச்சா, வி ஆர் அலோன். நாம தனி. மிகத் தனியானவங்க.'

அவள் என் கடைசி வாக்கியங்களைக் கவனிக்காமல், 'அது என்ன பாத்ரூமா?' என்றாள். வலது கைகளை உதறிக் கொண்டாள்.

'பெட்ரூம். தாண்டினா பாத்ரூம்' என்றேன்.

'ஒரு நிமிஷம்' என்றாள். உள்ளே சென்றாள்.

இந்தப் பெண் சற்றே குழம்பிப்போன வாசகி! கிறுக்கு இல்லை. கற்பனைப் பெருக்கு. ஆனால், பால் வடிவம். சுகமான உடம்பு. அந்தக் கண்களைப் பாரேன். படம் வரைந்தது போல கண்களில் ஈரம். அந்தக் கைகள்... கழுத்து...

சட்டென்று என் எண்ணங்களைத் தடுத்துக்கொண்டேன். அவள் வந்திருப்பது என்னை நாடியல்ல. என் எழுத்தை நாடி.

ஒரு நிமிஷம் என்று சொல்லிப் போனவள் பத்து நிமிஷமாகியும் வரவில்லை. 'மது! மது! மதுமிதா!' கதவைக் கூடச் சாத்திக் கொள்ளாமல் உள்ளே போயிருக்கிறாள்.

நான் கதவைச் சாத்தும் உத்தேசத்துடன்தான் அந்த அறையை அணுகினேன். உள்ளே எட்டிப் பார்க்காமல் இருக்க முடிய வில்லை. பார்த்தவன் அப்படியே பிரமித்து நின்றேன்.

மதுமிதா தன் ஆடைகளைக் கழற்றி அப்புறப்படுத்திக் கொண் டிருந்தாள். மேலே தாவணி போன்றிருந்ததை நீக்கி, அதைச் சுத்தமாக மடித்து என் படுக்கை மேல் வைத்தாள். அதன் பின் இடுப்புப் பைஜாமாவை உருவி காலால் உதறி பொறுக்கி எடுத்து மடித்து வைத்தாள். ஒவ்வொன்றையும் நிதானமாகவே மடித் தாள். அதன் பின் மார்பின் மேல் சட்டையை நீக்கினாள். தன் மார்பகத்தருகில் விலாப் பக்கம் ஏதோ மச்சம்போல இருக்கிற இடத்தைத் தேடிக்கொண்டாள்.

நான் அசையவில்லை. அந்தக் காட்சியில் இருந்த வசீகரமும் லேசான பயமும் விநோதமும் என்னைச் செயலழித்து உறைய வைத்தன.

மதுமிதா தன் பையிலிருந்து ஒரு சிறிய டப்பா போல இருந்த சமாசாரத்தை எடுத்தாள். பவுடர் டப்பா சைஸுக்கு இருந்தது. அதை ஒரு முறை குலுக்கிக்கொண்டு தன் இடது விலாவின் அருகில் மச்சம்போல இருந்த பகுதியில் அந்த டப்பாவின் நிப்பிளை இணைத்துக்கொண்டு படுக்கையில் படுத்துக் கொண்டாள். லேசாக ஸ்ஸ்ஸ் என்று சப்தம் கேட்க அவள் தன் வலது கையைக் கழற்றி படுக்கைமேல் வைத்தாள்.

3

காகிதக் கொடிகள்

பள்ளி வாசலில் மாருதியும் அம்பாசடரும் பியட்டுமாக வந்தவண்ணம் இருந்தன. அவ்வப்போது அவை நின்றதும் டிரைவர்கள் அவசரமாக இறங்கித் திறந்துவிட, பட்டுப் பட்டாகப் பெண்கள் சீருடையில் இறங்கி ஓடினார்கள். அவர்களுக்கு வயசு ஒன்பதிலிருந்து பதினாறுவரை இருக்கும். அனைவரும் லேசான ரோஜா நிறத்தில் சட்டையும் செங்கல் சிவப்பில் அரைப் பாவாடையும் அணிந்துகொண்டு ஊட்டமாக தூரத்திலிருந்து பார்ப்பதற்கு மலர்க் கதம்பம்போல் இருந்தார்கள். இனிய குரல்களில் நுனி நாக்கில் ஆங்கிலம் பேசினார்கள். பள்ளியின் வளாக மையத்தில் இருந்து கொடிக் கம்பத்தருகில் கொத்துகொத்தாகச் சேர்ந்துகொண்டார்கள்.

பள்ளி முதல்வர் அறையில் சற்றே பரபரப்பாக இருந்தது.

'எங்கய்யா இந்த ஆளைக் காணோம்'- முதல்வர் கோட்டு பாண்ட் அணிந்து கழுத்தை இறுக்குமாறு டை கட்டிக்கொண்டு இந்த அதிகாலையிலேயே வேர்த்து நெர்வசாக இருந்தார்.

'வந்துருவான் சார். பெரியசாமி ஒருக்காலும் கை விட மாட்டான்.' ப்ரின்சிபல் கைக் கடிகாரத்தைப் பார்த்து, 'அரை மணிதான் இருக்கு. தோரணம்

கட்டவே இல்லை. என் குழந்தைகள்ளாம் வரத் தொடங்கிட்டாங்க.'

'வந்துருவான் சார்.'

'லிஸ்ட்டு எங்கே?'

பாஸ்கர் பையிலிருந்து பட்டியலை எடுத்துக்கொடுத்தான்.

'படி.'

'ப்ரேயர், வரவேற்புரை, முக்கிய விருந்தினர் உரை, இனிப்பு வழங்கல், சமுதாய நலத் திட்டங்கள், நன்றியுரை, தேசிய கீதம்.'

'இது என்ன சமுதாய நலத் திட்டங்கள்?'

'அதான் சார், ஒரு முறை சேரிக்குப் போய் வந்தோமே.'

'ப்ரேயர், மரகதம்தானே பாடறா?'

'ஆமா சார்.'

'என்ன ப்ரேயர்?'

'நீராறும் கடலுடுத்த...'

'வேண்டாம்யா, திராவிட கீவிடன்னெல்லாம் வர்றது. கவர்னர் கோவிச்சுக்கப் போறாரு.'

'அவருக்குத் தமிழ் தெரியாதுங்க.'

'திராவிடன்னா தெரியும். பாரதி பாட்டு ஏதோ ஒண்ணு இருக்கே, என்ன அது.'

'வந்தே மாதரம் இருக்கு. பாரத சமுதாயம் இருக்குது. எல்லோரும் ஓர் குலம். எல்லோரும் ஓர் இனம்...'

'வேண்டாம்ப்பா, ஜாதிப் பேச்சை எடுக்காதீங்க. நம்ம ஸ்கூல்ல அது வேண்டவே வேண்டாம். வரவேற்புரையை எங்கடா வெச்சுத் தொலைச்சேன்?' முதல்வர் தன் கோட்டுப் பைகள் அனைத்திலும் தேடினார்.

பாஸ்கர், 'மேஜை மேலயே இருக்குதுங்க' என்று எடுத்துக் காட்டினான்.

அவர் அதை எடுத்து, கண்ணாடி மாட்டிக்கொண்டு 'யுவர் எக்ஸலன்ஸி ஆனரபிள் கவர்னர் ஆப் டமில்நாடு லேடிஸ் அண் ஜென்டில்மன் அண்ட் மை டியர் சில்ட்ரன்.'

'தமிழ்ல இருந்தா நல்லா இருக்கும்ங்க.'

'பாட்டெல்லாம் தமிழ்தான? என்னைத் தமிழ்ல பேசச் சொல்லாதே. படிக்கவே வராது. கவர்னருக்குப் புரிய வேண்டாமா?'

'இதோ வந்துட்டாங்க. என்னய்யா பெரியசாமி லேட்டு?'

அத்தனை கார்களுக்கு மத்தியில் ஒரு டயர் மாட்டு வண்டியில் பெரியசாமி வந்து குதித்து இறங்க, அவனுடன் ஒரு சிறுவனும் இறங்கி மாட்டை 'ஓவ் ஓவ்' என்று சமாதானப்படுத்தினான்.

வண்டியின் பின்னால் கூடை. கூடை நிறையக் கொடிகள் இருந்தன.

'பாஸ்கர், தேசியகீதம் யாரு? மரகதம்தான?'

'வேண்டாம்னு தோணுது சார். 'ஜெய ஹே'ல அபசுரமா உதைக்கும். கவர்னர் கோவிச்சுப்பாரு. ஒரு பிளேட்டு இருக்குமே. பாண்டு வாத்தியம் மாதிரி.'

'அது ரொம்பக் கரகரங்குமே.'

'பரவால்லை. மரகதத்துக்குப் பரவால்லை' என்று முணுமுணுத்த பாஸ்கர் கிளம்பிச் சென்றான்.

'பெரியசாமி, இப்படிக் கொட்டுவாய்ல வர்றியே, விழா ஆரம்பிக்க எத்தனை நேரம் இருக்கு தெரியுமா? அரை மணி!

'இதோ பத்து நிமிஷத்திலே முடிஞ்சுருங்க. நம்ம பையன் துடின்னா துடிங்க. தோரணம் எங்க கட்டணுங்க. பீட்டர், உருவுடா!'

'வேணுங்கற கொடி கொண்டாந்திருக்கியா?'

'கொணாந்திருக்கங்க. இருநூற்றம்பது கொடிங்க. பீட்டர் மாடிப் படி எங்க இருக்குது பாரு...'

ப்ரின்சிபல் மறுபடி, 'யுவர் எக்ஸலன்ஸி ஆனரபிள் கவர்னர் ஆப் டமில்நாடு' என்று பையில் இருந்து காகிதம் எடுத்து படித்துப் பார்த்துக்கொண்டார்.

அந்தச் சிறுவன் மையத்தில் இருந்து பெண்கள் விசில் சப்தத்துக்கு ஏற்ப வரிசையாக நின்றுகொள்வதை ஆர்வமாகப் பார்த்தான்.

'பாடப் போறாங்களா' என்றான். 'ஹலோ செக் செக்' என்று மைக்கில் ஒருவர் கை சொடக்கிக்கொண்டிருக்க 'பீட்டர் ஏர்றா' என்றான் பெரியசாமி. பீட்டர், 'ஏணி இருக்குதுங்களா' என்று கேட்க,

'இதெல்லாம் அப்பவே சொல்ல வேண்டாமா பெரியசாமி. கடைசி நிமிஷத்தில் கேட்டா எப்படி?'

'ஏணி இல்லாட்டாப் பரவால்லைங்க. பீட்டர் ஏர்றா!'

அந்தச் சிறுவன் கம்பத்தை அடைந்து அதில் சரசரவென்று ஏறுவதை சிலர் அதிசயமாகப் பார்த்துக்கொண்டிருக்க பெரிய சாமி அவன் கையில் தோரண நுனியைக் கொடுத்து விட்டு, 'இவங்கப்பன் சர்க்கஸ்ல வேலை செய்ஞ்சிருக்கான். எப்படி ஏர்றான் பாருங்க ரப்பரா' என்றான்.

பீட்டர் அங்கிருந்து, 'அண்ணேய் கம்பி இருக்குது கட்டவா' என்றான்.

'கட்டிட்டு அங்கேயே இரு.'

பெரியசாமி தோரணத்தின் மறு முனையை முதல் மாடி நீட்டலில் தொங்கியிருந்த வளையத்தில் கட்ட பீட்டர் அங்கிருந்தே வரிசையாக நின்று கொண்டிருந்த பெண்களை எல்லாம் ஆர்வமாகப் பார்த்தான். 'உய் உய்' என்று வாயில் விரல் வைத்துச் சீட்டியடித்தான். அவர்கள் கண்களைச் சுருக்கிக்கொண்டு 'லுக் அட் தட் பாய். இஸ் ஹி ஏ மங்க்கி?' 'ஆ லுக் லுக்' என்று உற்சாகமாகச் சப்தமிட மரகதம் டீச்சர், 'கேர்ள்ஸ்' என்று அதட்டி 'ப்ரிக்' என்று விசில் ஊத அனைவரும் மௌனமானார்கள். பீட்டர், 'அண்ணேய் இன்னும் எத்தனை கட்டணும்' என்றான். அவன் தொத்தியிருந்தது அபத்திரமாக இருந்தது.

'இன்னம் மூணுடா.'

'சீக்கிரம் கொண்டாங்க வய்க்குது.'

மற்றொரு நுனியைக் கவ்வி, கட்டி, மேலே ஏறி அதை லாகவ மாகப் பற்றிக்கொண்டான்.

பிரின்ஸிபல் தன் டையைச் சரி செய்துகொண்டிருக்கும்போது மரகதம் டீச்சர், 'மே ஐ கமின் சார்' என்றாள்.

'மரகதம் வாங்க. ப்ரேயர் அந்த பாரதி பாட்டே பாடிருங்க.'

'பாஸ்கர் சொன்னாருங்க.'

'மரகதம் டு ஐ லுக் ஆல் ரைட்?'

'யு லுக் வெரி யங் சார்' என்றாள். டையைச் சற்று சரி செய்தார். ஜன்னலுக்கு வெளியே நான்கு தோரணங்களை முடித்துவிட்ட பீட்டர் கீழே வழுக்கி இறங்குவதைக் கவனித்தார்.

'சார், கொடிங்கள்ளாம் எப்படி?' என்று மரகதம் கேட்கையில் அவர் கையை சிநேகிதமாக நீக்கினாள்.

'ஒவ்வொரு பெண் கையிலும் ஒரு கொடி. வரிசையா நின்னுகிட்டு இருக்காங்கல்ல. கவர்னர் வந்ததும் அவர் கார்பெட்ல நடக்கறப்ப கொடியை ஆட்டணும். ரஷ்யால எல்லாம் ஆட்டறாங்க பாரு, அந்த மாதிரி. அப்படியே மைதானம் முழுவதும் மூவண்ணக் கொடிங்களைப் பார்த்தா பிரமிச்சுப் போயிருவாரு கவர்னர்.'

'கொடியை ஆட்டறது நல்ல ஐடியா ஸார். யு ஆர் எ ரியல் ஜீனியஸ் சார். கொடியெல்லாம் எங்க... போங்க சார். இப்ப இல்லை.'

அப்போது பெரியசாமியும் சிறுவன் பீட்டரும் உள்ளே நுழைய 'அய்யா தோரணம் ஆச்சுங்க. பாருங்க எப்படி வேலை? பையன் சொன்னேனில்லை' என்று பீட்டரைக் காட்டினான்.

'கொடியெல்லாம் எங்கய்யா?'

'பீட்டர், கூடையைக்கொண்டா!'

பீட்டர் மாட்டு வண்டியிலிருந்து அவனை விடச் சற்றுப் பெரிசாக இருந்த பிரம்புக் கூடையை இறக்கி ப்ரின்சிபல் அறைக்குக் கொண்டுவந்தான்.

'ஸ்மார்ட் பாய்! என்ன பேரு?'

'பீட்டர் சார்.'

'இவன்தான் கொடியெல்லாம் ஒட்டிருக்கான், ராத்திரி முழுக்கக் கண் விழிச்சு.'

‘உம் பையனா?’

‘இல்லிங்க. நம்ம கடைல எடுபிடி வேலை செய்றான்.’

‘குட் பாய். இந்தா சாக்லெட் வெச்சுக்க.’

‘பரவால்லைங்க இருக்கட்டும்’ என்று பீட்டர் பெரியசாமியைப் பார்த்தான். ‘வாங்கிக்கடா.’

‘என் பர்மிசன் இல்லாமத் தொட மாட்டான்.’

பீட்டர் அந்த சாக்லெட் பட்டையைத் தன் பனியனுக்குள் திணித்துக்கொண்டான்.

‘சாப்டு பரவால்லை.’

‘இருக்கட்டுங்க என் தங்கச்சிக்கு.’ கூடைக்குள் இருந்த கொடிகளைக் கொத்துக் கொத்தாக எடுத்துக் கொடுக்க, ‘மரகதம், அதை நம்ம பிள்ளைங்க ஒவ்வொருத்தருக்கும் ஒவ்வொண்ணா கொடுக்கச் சொல்லுங்க. ஸ்டூடண்ட் ப்ரெஸிடண்ட் எங்க?’

‘அபர்ணா! வாம்மா இங்க...’

பீட்டர் அந்தக் கொடிக் கொத்துக்களைக் கொடுக்கப் போகையில் ப்ரின்சிபல் ஒரு கணம் அந்தக் கொடிகளை உற்றுப் பார்த்தார்.

‘வெயிட் எ மினிட். பெரியசாமி இங்க வாய்யா...’

‘ஏங்க?’

‘தலைகீழா ஒட்டிருக்கே!’

‘அய்யோ, என்னதுங்க?’

‘ஆமா. அத்தனை கொடியும் தலைகீழா ஒட்டிருக்கில்லை?’

‘என்னய்யா காரியத்தைக் கெடுத்த. இப்ப கொட்டு வேளையில.’

‘தலை கீழாவா!’ பெரியசாமி பீட்டரை, ‘ஏண்டா சாவுகிராக்கி நீதானே ஒட்ண?’

‘ஏண்ணே?’

‘கெடுத்தியேடா பொயப்பை. இங்கே வா, நான் உன்னைய எப்படி ஒட்டச் சொன்னேன்.’

‘நீங்க... இன்னாங்கண்ணே சொல்றீங்க...’

அவன் பதில் சொல்வதற்குள் செவிட்டில் சொட்டேல் என்று அடித்த அடியில் பீட்டர் பொறிகலங்கிப்போய் கீழே விழுந்தான். ‘த்தா, இருநூர் ரூபா வியாபாரம் போச்சேடா கருமாதி சோமாரி.’

‘அடிக்காதீங்க. இந்த வேலையெல்லாம் சின்னப் பிள்ளைங்க கிட்ட கொடுக்கக் கூடாது.’

‘அப்ப என்ன செய்யறது?’

‘பாஸ்கரைக் கூப்பிடுங்க மரகதம்.’

பெரியசாமி கூடை முழுவதும் நிறைந்திருந்த கொடிகளைப் பார்த்தான். பீட்டர் ஓரத்தில் இருந்து அவனைக் கண்களில் கிலியுடன் பார்த்துக்கொண்டிருக்க ‘நேராத்தான் செஞ்சண்ணே...’

‘செஞ்ச’ என்று இடுப்பில் உதைத்தான். ‘அம்மா’ என்று பீட்டர் அதிவேதனையில் உட்கார்ந்துகொள்ள.

‘எல்லாத்தையும் பத்து நிமிசத்ல மாத்தி ஒட்டுரா.’

பீட்டர் ஓரத்தில் அழுதுகொண்டே முதல் கொடியை எடுத்தான்.

‘இல்லை பெரியசாமி, டயம் இல்லை. கான்சல் பண்ணிற வேண்டியதுதான்.’

‘அப்ப கொடிங்களுக்குக் காசு?’

‘காசா? பெரியசாமி இந்த பேக்கார் வேலைக்குக் காசு கேக்கறியா? ஒரு பைசா கெடையாது. இதை உபயோகிச்சா தேசத்துக்கு அவமானம் பண்றமாதிரி!’

பெரியசாமி கோபம் கண்களில் கனலாக எழ, ‘பாத்தியா? நீ செய்த வேலையைப் பாத்தியா’ என்று பீட்டரை அணுக, அவன் ‘அண்ணே, வேண்டாண்ணே, ரொம்ப வலிக்குது அண்ணே’ என்றான்.

ஓடப் பார்த்தவனை மறுபடி மடக்கி மண்டையில் ஓங்கி அடிக்க...

‘என்ன பெரியசாமி எதுக்குச் சின்னப் பையனைப் போட்டு அடிக்கிறே’ என்று பாஸ்கர் உள்ளே வந்தான்.

‘பாஸ்கர் ஒரு தப்பு நடந்து போச்சு’ என்றார் பள்ளி முதல்வர்.

‘என்ன தப்பு சார்?’

‘கொடியெல்லாம் தலைகீழா ஒட்டிட்டான் பையன். உபயோகப் படுத்த முடியாது.’

‘அடப் பாவி, பெரியசாமி! கெடுத்தியே!’

‘எல்லாம் இந்தப் பையங்க’, மறுபடி கன்னத்தில் அறைந்தான். பீட்டர் தடுமாற, பாஸ்கர் ஒரு கொடியை எடுத்துப் பாத்து, ‘என்ன சார், தலைகீழா இல்லையே, சரியாத்தான் ஒட்டியிருக்கு.’

‘என்ன பாஸ்கர் நீ, நம்ம தேசியக் கொடி தெரியாதா? மேலே பச்சை, கீழ சிவப்பு.’

‘இல்லை சார், மேல சிவப்பு, கீழ பச்சை.’

ப்ரின்சிபல் யோசித்து, ‘ஓ, இந்தப் பக்கத்திலிருந்து பார்த்தேனா...’

‘இப்ப என்னங்கறிங்க. கொடி சரியா இருக்குதா இல்லையா’ என்றான் பெரியசாமி.

‘சரியாத்தான்யா இருக்கு.’

‘அப்ப அது உபயோகப்படுங்களா.’

‘இல்லாம பின்ன? கொண்டாய்யா.’

‘அதான் பார்த்தேன். பையன் தப்பு பண்ண மாட்டான் என்னடா...’

பீட்டர் இன்னும் அழுதுகொண்டிருந்தான்.

‘அழுவாத இதுக்கெல்லாம் அழுவாங்களா, அப்ப கொடி உபயோகப்படுங்கறீங்க.’

‘க்விக் கர்ள்ஸ்! ஆளுக்கு ஒரு கொடி வந்து வாங்கிண்டு போங்க க்விக்! க்விக்!’

அறையில் சலசலப்பு அதிகமாக அந்தப் பெண்கள் ஒவ்வொருத் தராக ஆளுக்கொரு கொடி வாங்கிக்கொண்டு போவதை பீட்டர்

கவனிக்கவில்லை. அடிபட்ட இடத்தைத் தேய்த்துக்கொண் டிருந்தான்.

தூரத்தில் கவர்னர் வரும் போலீஸ் ஊளை கேட்டது. அவர்கள் அனைவரும் ஓடினார்கள்.

பீட்டர் தன் பனியனுக்குள் வைத்திருந்த சாக்லெட் பட்டையை எடுத்துப் பார்த்தான்.

கவர்னர் காலைச் சொறிந்துகொண்டு நிற்க, மரகதம் டீச்சர் இனிய நீர்ப் பெருக்கினை, இன்கனி வளத்தினை மட்டும் பாடி, வந்தே மாதரத்தை சுருக்கமாக முடித்தாள்.

பீட்டர் காலியாக இருந்த வகுப்பறைகளில் ஒன்றில் நுழைந்தான். சற்று நேரம் மைதானத்தில் வரிசையாக இருந்த பெண்களைக் கவனித்தான்.

'யுவர் எக்ஸலன்ஸி ஆனரபிள் கவர்னர் ஆப் டமில் நாடு.'

பீட்டர் அந்த வகுப்பறையைப் பார்த்தான். பளபளவென்று தனித் தனியாக மேசை, நாற்காலிகள் ஒவ்வொன்றிலும் பெயர் எழுதி யிருந்தது. கண்ணாடி பீரோ நிறைய பொம்மைகளும், சாதனங் களும் நிரம்பியிருக்க, ஒரு டெலிவிஷன் பெட்டி மூலையில் தெரிந்தது. அதன் பக்கத்தில் டெலிவிஷன் மாதிரியே இன்னொன்று இருந்தது. பூட்டிய அலமாரிகளில் கோப்பைகளும் கண்ணாடி சீசாக்களில் குட்டி குட்டியாக செத்த பாம்புகளும் இருந்தன.

பீட்டர் ஆர்வமாக அவற்றைப் பார்த்தான். பெரியசாமி எட்டிப் பார்த்து, 'இங்க இருக்கிறயா, வா போகலாம்' என்றான்.

'எங்கள் பள்ளியில் வகுப்புக்கு முப்பது பேருக்கு மேல் அனுமதிப் பதில்லை. கம்ப்யூட்டர் பாடம் பிள்ளைகளுக்குக் கட்டாயமாக அளிக்கப்படுகிறது. மேல் நாட்டில் இருக்கும் எந்தப் பள்ளி யுடனும் ஒப்பிடக்கூடிய வகையில் இப்பள்ளியின் தரத்தை...' என்று ஒலிபெருக்கி எதிரொலியுடன் சொல்லிக்கொண்டிருந்தது.

'வலிக்குதாடா பீட்டர்?'

'பரவால்லைங்க.'

'அட்ச்ட்டனா?'

‘பரவால்லைங்க.’

‘நீ சரியாத்தான் ஓட்டிருந்த… த்தா அந்தக் கருமாதிதான் தப்புத் தப்பாச் சொல்லி அனாவசியத்துக்கு அட்ச்ட்டன் பாரு.’

‘பரவால்லைங்க’ என்றான். அவன் கன்னத்தில் கண்ணீரும் ரத்தமும் உலர்ந்திருந்தது.

பீட்டர் வண்டியில் ஏறிக்கொண்டான்.

‘ஏதோ சாக்லட்டாவது கொடுத்தான் இல்லை’ என்று அவனைச் சமாதானப்படுத்துவதுபோல பெரியசாமி சிரித்தான்.

‘எடுத்துத் துண்ணு, பசிக்கும்.’

‘சாக்லெட்டை அங்கேயே உட்டாந்துட்டங்க!’ என்றான் பீட்டர்.

‘ஏண்டா?’

‘வேணாங்க.’

4

மோதிரம்

இந்த நாட்களில் என் தொழிலிலும் போட்டி வந்து விட்டது. பஸ் நிலையம், ரயில் நிலையம் என்று இஷ்டத்துக்குப் பிக்பாக்கெட் அடித்துக்கொண்டிருந்தவன், இப்போது போகிற இடமெல்லாம் கடுமையான போட்டி. இப்படித்தான் பாருங்க. மேம்பாலத்தருகில் ஒரு ஆள். தூரத்திலிருந்த பார்த்தாலே நல்ல தேட்டைன்னு தெரிந்தது. பை சின்னது. பர்ஸ் பெரிசு. 'உஸ் உஸ்' என்று ரெட்டை நாடி பாடி. உருண்டு வந்து கொண்டிருந்தாரு. நான் அவரிடம் போய் வழக்கம்போல, 'சார் டைம் என்ன ஆச்சு'ன்னேன். அவர் என்னை ஒரு மாதிரி பார்த்துத் தன் பர்ஸை எடுத்து இடது பக்கத்து பாண்டு பாக்கெட்டுக்குள் திணித்துக்கொண்டு 'இப்படித் தாம்பா காலையில ஒரு ஆசாமி டயம் கேட்டான். சொல்றதுக்குள்ள பாக்கெட் அடிச்சுட்டாம்பா.'

'சார், நான் அப்படிப்பட்ட குடும்பம் இல்லை. டயம் கேட்டா டயம் அறிஞ்சுக்கறதுக்காக மட்டும் கேக்கற மானமுள்ள தமிழ்க் குடும்பம் சார்'னு சொல்லிவிட்டு வந்தாலும், எனக்கு ஒரு மாதிரி பேஜாராகி விட்டது. நம்ம முறையை உபயோகித்து நம்மை முந்திக்கொண்டு ஒரு கபோதி பாக்கெட் அடிச்சிட்டான், பாத்தியான்னு ஆகிவிட்டது. அங்கிருந்த பஸ் நிலையத்துக்குப்போய், 276 ரூட்டு தான் கூட்டமா இருக்கும்; அங்கே தட்டலாம் என்று

போனால் சர்க்காரால் ஏற்படுத்தப்பட்ட சமூக சேவகி சிரித்துக் கொண்டே, 'அண்ணன்மார்களே! அக்காமார்களே! பணப் பையை சாக்கிரதையா வெச்சுக்குங்க. ஜேப்படிங்க நடமாட்டம் அதிகமாக இருக்குது'ன்னு புன்னகை மாறாம சொல்லிக்கிட்டே இருக்கறா.

எனக்கு வெறுப்பாயிருச்சு. காலைல எழுந்திருந்ததில இருந்து நாஷ்டா பண்ணக் காசில்லை சார். ஒரு பாக்கெட் தேறலை. ஒரு பர்ஸ் கிடைக்கலை. ஒரு பெட்டி உடைக்கலை. மனுஷன் எப்படிப் பொழைப்பான் சொல்லுங்க.

வேலையை விட்டுட்டு அரசியல் பண்ணலாமான்னு தோணிச்சு. போஸ்டர் ஒட்டினா ஒரு போஸ்டருக்கு ஒரு ரூபா தர்றாங்க. அங்க போய் விசாரிக்கலாம்னு புறப்பட்டேன். அப்பத்தான் அந்தத் தாத்தாவைப் பார்த்தேன்.

அவருக்குப் பாத்தா நூறு வயசுகூடச் சொல்லலாம். அப்படித் தாத்தாவா இருந்தாரு. கிறிஸ்துமஸ் தாத்தா மாதிரி இருந்தாரு. சத்தியமா பல்லு செட்டு கட்டியிருக்காருன்னு தோணிச்சு. கைல பிரபலமா ஒரு மோதிரம் போட்டிருந்தாரு. அதுதான் என்னைக் கவர்ந்துச்சு. மோதிரம் கையை உதறினா வந்துரும்போல இருந்தது. 'சரிதான் முழுக் கோழி ஆப்ட்டுது. இந்த மோதிரத்தை இன்னும் பதினைஞ்சு நிமிஷத்துல பைசல் பண்ணிறணும்'னு அவர்கூட நடந்து பேச்சுக் கொடுத்தேன்.

'தாத்தா! உங்க ஊரு எது?'ன்னேன்.

அவரு என்னைப் பார்த்து ஒரு மாதிரி மையமா, அது என்ன சிரிப்பா இல்லை அஜீர்ணமா தெரியலை, அப்படிப் பார்த்தார்.

'எங்க போறாப்பல?'

அதுக்கும் அதேதான் பதில். கைல பை மாதிரி வெச்சிருந்தாரு.

'தாத்தா! இதைத் தூக்கிட்டு வரணுமா? வயசானவங்களுக்கு ஒத்தாசை செய்யணுமின்னு எங்க ஒண்ணுவிட்ட மாமா இறந்து போறதுக்கு முன்னாடி சத்தியம் வாங்கிட்டுப் போயிருக்காரு' என்றேன்.

தாத்தாவிடமிருந்து ஏறக்குறைய பையைப் புடுங்கிட்டேன். அவரு அதை ஒண்ணும் மதிச்சதா தெரியலை. ஒரு அப்ஜிக்சனும்

செய்யலை. கொஞ்சம் ஆச்சரியமா என்னைப் பார்த்தார். கண்ணெல்லாம் தீர்க்கமாத்தான் இருந்தது. ரொம்பப் பிரயத்தனமா, 'அய்யா உமக்கு என்ன வேணும்?'னாரு. இருமல் கிருமல் இல்லை. ரொம்பக் கஷ்டப்பட்டு யோசிச்சுப் பேசினார்.

'உங்க மாதிரி பெரியவங்களுக்கு உதவி செய்ய சந்தர்ப்பம் கெடைச்சாலே அதைப் பாக்யமா நெனைப்பேன்'னு பரிபூரணமா ஐஸ் வைச்சேன்.

அந்தாளு அதை ஏதும் கண்டுக்காம இந்த விலாசம் எங்க இருக்கிறது என்று நீளமா ஒரு காயிதத்தைக் காட்டினார். அதில் இப்படி எழுதியிருந்தது: *345234, 11435-003.*

'அய்யோ அசட்டுத் தாத்தா! இதைப் பாத்தா விலாசம் மாதிரி தெரியலை. டெலிபோன் நம்பரோ ஒருவேளை?'

'இல்லையே. ஜிடியிலிருந்துதானே எடுத்து எழுதிக் கொண்டேன்' என்றார்.

'ஜிடியா? அப்படின்னா?'

'சரிதான்' என்று அலுத்துக்கொண்டு என்னை விட்டுட்டாரு. எதிர்த்தாப்புல போய்க்கொண்டிருந்த ஆள்கிட்ட 'அய்யா இந்த விலாசம்' என்று காட்ட, அவனவன் அவசரத்தில் இருக்கான். அதும் யாரு வயசான தாத்தாவுக்குப் பதில் சொல்வான்? யாருமே திரும்பிக்கூடப் பார்க்கலை. ரெண்டு மூணு பேரைக் கேட்டு அலுத்துட்டு என் பக்கம் திரும்பினார். எனக்கு அதுக்குள்ள பயங்கர ஐடியா கிளம்பிருச்சு. நான் சொன்னேன். 'அய்யா உங்களுக்கு விலாசம்தானே காட்டணும். தாராளமா காட்டறேன். நீங்க எனக்கு ஒண்ணு காட்டணும்.'

'என்ன?'

'நீங்க போட்டிருக்கீங்களே மோதிரம், ஒரு முறை நான் அதைப் பார்க்கலாங்களா?'

அப்பாவி மனுஷன் தப்பா எடுத்துக்காம 'தாராளமா' என்றார்.

'நான் ஒரு வைடூரிய வியாபாரி. அதில இருக்கற கல்லு என்னன்னு தெரிஞ்சுக்கணும். அவ்வளவுதான்.'

‘இதுவா? இது வந்து ரூபியும் கேலியும் கலந்த தாது. எங்க ஊர்ல கெடைக்கும்.’

‘உங்க ஊரு எது?’

‘செண்டுவாரி’ன்னு என்னவோ பேர் சொன்னார்.

‘உமக்கு இந்த ஊரா?’ என்றார்.

‘இல்லைங்க பக்கத்துல கோலார். எங்க பார்க்கலாம், கழட்டுங்க’ என்றேன்.

மறுக்காம அவர் தயக்கமில்லாம அதைக் கழற்ற நான் அதை வெளிச்சத்துல பார்க்கறாப்பல பாத்துக்கிட்டே ‘நல்லா இருக்கு. நல்லா இருக்கு’ன்னு நழுவுறேன். கிழம் என்னைக் கவனிக்காம தன் கையில் இருந்த விலாசக் கடுதாசியைக் கவனிச்சிட்டு இருக்க, திடீர்னு எடுத்தேன் ஓட்டம்.

கிழவனாருக்குக் கத்த முடியலையோ, கத்தத் தெரியலையோ, சாதாரணமா சங்கிலி, ஹேண்ட் பேக்னு புடுங்கிட்டு ஓடறப்ப புடி புடின்னு கூச்சல் போடுவாங்கல்ல, தாத்தா ஒரு கூச்சலும் போட்டதாத் தெரியலை. கொஞ்ச தூரம் போய்த் திரும்பிக்கூடப் பார்க்கறேன். தெகைப்பா இந்தப் பக்கம். அந்தப் பக்கம் பாத்துக்கிட்டு இருக்கார். எனக்குப் பாவமா இருந்துச்சு. வயசான கிழத்துங்கிட்ட போய்த் திருடறியேடா பாவின்னு ஒரு மாதிரி ஆயிடுச்சு. இருந்தாலும் பிஸினஸ் ரொம்ப டல்லு பாருங்க. அதனால அந்த மோதிரத்தைப் பாக்கெட்டுல போட்டுக்கிட்டுப் புறப்படறேன். இருட்டிக் கிட்டு வருது. ஒரு முறை அது இருக்கான்னு பைக்குள்ள தொட்டுப் பார்க்கறேன். மோதிரம் லேசா சுடுது. சீராமபுரம் பஸ்ல ஏறிக்கிட்டபோது ‘பிரதர்! பைல டார்ச்சு எரியுது’ன்னு யாரோ சொல்ல நான் பைல பார்க்கறேன். ஆமாம், சின்னதா பல்பு மாதிரி மோதிரம் பளீர்னு ஒளி விடுது! ‘அடப் பாவி ரொம்ப விலை உயர்ந்ததா திருடிட்டோமேடா’ன் னுட்டு, இப்பவே போய் சேட்டைப் பார்த்துரலாம்னு தாணா பக்கத்திலேயே இறங்கிட்டேன்.

சிக்பேட்ட போய் சேட்டுக்கிட்ட, ‘சேட்டு இது என்ன வெலை போகும்’னேன். அவன் அதை திருப்பிப் பாத்துட்டு ‘சோரி மால் க்யா?’ன்னான்.

‘ஆமா சேட்டு. இது என்ன கேள்வி? நான் என்ன சொந்த மோதிரம் போடற சாதியா! பாட்டாளிப்பா...’

‘இது என்னப்பா பல்பு மாட்டிருக்கு?’

‘பல்பு இல்லை. புஷ்பராகமோ என்னவோ? அவ்வளவு டால் இருக்கு பாரு!’

சேட்டு வைரம் பார்க்கக் கண்ணுல சின்னதா தொப்பி மாட்டிப் பான். அதை மாட்டிக்கிட்டு உள்ள பார்க்கறான். உடனே மோதிரத்தைக் கீழே போட்டுட்டு கண்ண ‘உஸ்’னு கசக்க ஆரம்பிச்சுட்டான்.

‘என்னய்யா கல்லு இது. இந்தப் பிரகாசமா இருக்குது? கண்ணை அய்யோ இப்படிக் குத்தினாப்ல’ன்னு இன்னம் இன்னம் கசக்குறான்.

நான் ‘என்ன சேட்டு? எத்தனை கொடுப்ப?’ன்னு கேக்கறேன்

‘முதல்ல கண்ணு என்ன ஆச்சு பாக்கணும். என்ன மால்ப்பா கொண்டாந்தே’ என்று சேட்டு இன்னம் கண்ணைக் கண்ணைக் கசக்க முத முதல்ல சேட்டு முகத்தைப் பார்க்கறப்ப திக்குன்னு ஆயிடுச்சு! கண்ணு பூரா ரத்தம் கசிஞ்சு சின்னதா மேசை வைச்சிருக்கான் பாருங்க அதில சொட்டுது!

நான் அவசரமா மோதிரத்தை எடுத்துக்கிட்டு, ‘அப்புறம் பார்க்கறேன் சேட்டு’ன்னு கிளம்பிட்டேன். பைக்குள்ள போட்டுக்கிட்டு சேட்டை ஒரு முறை திரும்பிப் பார்க்கறப்ப இப்ப வலது கன்னம் பூரா ரத்தம் ஒழுகிட்டு இருந்தது. இன்னாடா கல்லு இதுன்னு எனக்கு கல்த்தாயிருச்சு!

திரும்ப வூட்டுக்கு வந்தனா! வீடு என்ன வீடு. நானும் காரை வேலை செய்யற சேலத்துக்காரன் ஒருத்தனும்தான் ரூம்ல குடியிருக்கோம். மாசம் முப்பது ரூபா வாடகை. இங்க வந்து பானைக்குப் பக்கத்தில் எம் பெட்டி இருக்குது பாருங்க. அதும் மேல மோதிரத்தை வெச்சேன். சேட்டு கண்ணில ரத்தம் வந்தது எனக்குப் பயமா இருந்தது. அதே சமயம் இந்தக் கல்லு என்னவோ பெஷல் கல்லு; அதும் பிரகாசம் தாங்க முடியாமத்தான் அது கண்ணைப் பாதிச்சுருக்கு; நல்ல வெலை போகும்னு மறுபடி அதை எடுத்துப் பார்த்தேன். நல்ல சிவப்பா இருந்தது. வெளிச்சத்தில் பார்த்தபோது ஒரு மாதிரி அதுக்கே வெளிச்சம்

இருந்தாப்ல இருந்தது. மோதிரத்தின் மத்த பகுதியைப் பார்த்தா தங்கம் மாதிரி தெரியலை. அதை இப்படி அப்படித் திருப்பிப் பாத்துட்டு பெட்டியில் வெச்சுட்டு வூட்டுக்குப் பின் பக்கம் போய் முகம் கழுவிட்டு நம் தோஸ்த்து தந்தி பேப்பர் வாங்கி வெச்சிருப்பான், அதை எடுத்துப் படிச்சுக்கிட்டே இருக்கறப்ப, மறுபடியும் அந்த மோதிரத்தைப் பார்க்கணும்னு ஆசை வந்தது. அதுனால பெட்டி மேல பார்த்தா காணம். என்னடாது? எங்கன வெச்சம்னு பெட்டியைத் தலைகீழா புரட்டித் தேடறேன். மோதிரத்தைக் காணம். எங்க போயிருச்சு? தலை கால் புரியல. சக்குன்னு திரும்புனா அறையில மூலையில பளிச்சுன்னு வெளிச்சம். கிட்ட போய்ப் பார்த்தா மோதிரம் அங்க இருக்குது. இது எப்படி இங்க வந்துச்சு? இப்பத்தான் ஒரு பத்து நிமிசம் முன்னாடிதானே பொட்டியிலே வெச்சேன். அதுக்குள்ள வெளியாளு யாராவது வந்தானா? இல்லையே!

என்னடாதுன்னு யோசிச்சேன். தாத்தா எதாவது இட்சிணி தேவதையா, மந்திரிச்சு வைச்சதான்னு இப்ப தாத்தாவைப் பத்தி சந்தேகம் கிளம்ப, மெல்ல அந்த மோதிரத்தை எடுக்கலாம்னு போறேன். என்ன ஆச்சு தெரியுமா? அய்யா நான் வாழ்க்கையில் எத்தனையோ பொய் சொல்லியிருக்கேன். ஆனா இப்ப மாத்திரம் நான் சொல்றது அத்தனையும் சத்தியம். எங்க அம்மா மேல ஆணையா சொல்றேன். சாமி மேல. எங்க குருநாதர் வேல்முக பண்டிதர்னு இருக்காரு. சிலம்பம் ஆடுவாரு, பாக்கெட் அடிக்கிறதில நாற்பது முறைங்க சொல்லித் தந்தவர், அவர்மேல ஆணையா சொல்றேன். அய்யா அந்த மோதிரம் தானா நகண்டு போய் மாடத்தில், சாமி படத்துக்குப் பக்கத்தில் உக்காந்துக்கிச்சு.

கொஞ்ச நேரம் என்ன செய்யறதுன்னு தெரியாம திகைச்சேன். அப்பத்தான் இந்தப் பொண்ணு மல்லிகா வந்தா. இந்த மல்லிகா ஒரு மாதிரி சினேகிதின்னு சொல்லலாம். பஸ் ஸ்டாண்டில் ஷூட்கேஸ் அடிக்கிறதில சாமர்த்தியம் உள்ளவ. பச்சப் புள்ளை போல முகம். இவளை நம்பி சொத்தையே எழுதி வெக்கலாம் போல அப்படி மாயமா சிரிப்பா. ஒரு நிமிஷம் கண்ணை அசத்தினா, காணாம போயிருவா. உப்பாரப்பேட்டை போலீஸ் ஸ்டேஷன்ல மல்லிகாவைப் பத்திக் கேட்டுப் பாருங்க!

ரெண்டு பேரும் ஒரே தொழிலா, அதனால பழக்கமாயிட் டோம். ஒரு வேளை எங்கிட்டயே பாக்கெட் அடிச்சுட்டா. அப்பத்தான் இவமேல எனக்குக் காதலாயிருச்சு. ரெண்டு பேரும் எப்பவாவது

சந்தோஷத்துல சினிமா போவோம். அமிதாப்பச்சன் படம்னா ரொம்ப இஷ்டம். மல்லிகா வந்து 'என்னய்யா? எப்படித் தொழில் எல்லாம் போய்க்கிட்டு இருக்கு'ன்னா.

'ரொம்ப டல்லு மல்லிகா. உனக்கு?'

'எனக்கு வாள்க்கையில எதுவுமே டல்லு இல்லை. என்னய்யா மோதிரம்? அய்ய்! ரொம்ப டால் அடிக்குது. எனக்கா?'

'ஏன் கேக்கற மல்லிகா. ஒரு தாத்தாகிட்ட திருடினேன்!'

மல்லிகா அதை எடுத்துப் பார்த்தா. 'நகருது'ன்னேன்.

'என்னாது?'

'மோதிரம்தான். தானாகவே நகருது.'

'தானாவே? என்னய்யா சொல்ற? தேவாங்கு மோதிரமா?'

'அது என்ன எளவோ சேட்டுகிட்ட விக்கலாம்னு போனா, சேட்டு கண்ணைக் கசக்கிட்டு ரத்தம் வருது. பெறையில வெச்சா விளக்கு வரைக்கும் சர்ருன்னு நகருது. தாத்தாவுக்கு நூறு வயசு இருக்கும்!' மல்லிகா என்னைச் சந்தேகமா பார்த்து 'இன்னய்யா மறுபடி கஞ்சா அடிக்க ஆரம்பிச்சுட்டியா?'

'இல்லை. உனக்கு இப்ப சமயம் இருக்குதா?'

'மைசூர் டீலக்ஸ் பஸ் வர்ற நேரம். பத்து நிமிசத்தில சொல்ல முடிஞ்சா சொல்லு. இல்லை ராத்திரி வர்றேன்.'

'இப்பவே சொல்லிர்றேன்'னு மல்லிகாகிட்ட நடந்தது பூராவும் சொன்னேன்.

சட்டுன்னு அவ மோதிரத்தைத் திருப்பிப் பொறையில வெச்சுட்டா. 'படுபாவி! முட்டாளே! இதைப் போய்க் கொண்டாந்தியா?'

'ஏன் மல்லிகா?'

'இது தெய்வ சக்தி வாஞ்சது. பாணர்கட்டா சாமியார் ஒருத்தர் இருக்காரு. அவர்தான் மந்திரிச்சு மோதிரம் கொடுப்பாரு. சகல சித்தியும் கொடுப்பாரு. அவர்கிட்டப் போய்ப் பாக்கெட் அடிச் சியே. ஏன்யா உனக்கு வெக்கமில்லையா? சாமியார் கிட்டல்லாம் திருடலாமா? தொழில்ல ஒரு நாணயம் வேண்டாமா?'ன்னு சத்தாய்ச்சா.

'என்ன சொல்ற இப்ப?'

'பேசாம மோதிரத்தை சாமியாரைத் தேடிக்கொண்டு கொடுத்துரு. இது ரொம்ப கராபு மால்!'

'அந்தச் சாமியாரை இப்ப நான் எங்கன்னு தேடுவேன்?'

'எனக்கு என்னவோ அவரு பாணர்கட்டா சாமியார் மாதிரித்தான் தோணுது. பூனைக் கண்ணா?'

'இருக்கலாம்.'

'கைல தங்கத்தில் தோடா போட்டிருந்தாரா?'

அதெல்லாம் இல்லை. ஒரே ஒரு விரல். ஒரே ஒரு மோதிரம்.

'மத்த விரல்கள்லாம்?'

'அய்யோ, மத்த விரல் இருந்தது!'

'சேட்டு கண்ணைக் கசக்கினா ரத்தம் வந்ததா?'

'ஆமா.'

'வேணாம்பா. நான் தொடலை இதை. சாமி குத்தம்.'

இந்தக் கடைசி வார்த்தைங்களை அவ பேசவே இல்லை. பேசாமயே என் காதுக்குள்ள அவ குரல் கேட்டுது.

'ஒரு நிமிஷம் மல்லிகா. இப்ப நீ மனசுக்குள்ள என்ன நெனைச்சேன்னு சொல்லட்டுமா?'

'என்ன?'

'வேணாம்பா. நான் தொடலை இதை. சாமி குத்தம்.'

'ஆமாம். அது உனக்கு எப்படித் தெரிஞ்சுது?'

'நீ மனசுக்குள்ள நெனைக்கறது எல்லாமே மணியடிக்கறாப்பல தெளிவா என் மனசுக்குள்ள கேக்குது மல்லிகா!'

'அப்படியா? இப்ப என்ன நெனைச்சேன் சொல்லு' என்று கண்ணைத் தியானம் போல மூடிக்கொண்டாள்.

‘இந்தாளு எதையோ எக்குத்தப்பா திருடிக்கிட்டு வந்து புருடா விடறான்னு நினைச்ச.’

அவள் ஆச்சரியத்தோட பயத்தோட ‘அஆங். அதுதான் நெனைச் சேன். அடப்பாவி, நீ ஏதாவது நெனைச்சிக்க பார்க்கலாம்.’

நான் மனசுக்குள்ள ‘மல்லிகா உன்னை அப்படியே கட்டிப் புடிச்சு கழுத்துக்கு கீழ முத்தம் கொடுக்கலாம்போல இருக்கு’ன்னு என்னை அறியாம நெனைக்க, அவள் கன்னம் செவந்து ‘போய்யா உனக்கு வேற வேலையில்லையா’ என்றாள்.

‘நான் என்ன நெனைச்சேன்?’

‘என்னைக் கட்டிக்கணும் பிடிக்கணும்னு என்னவோ அசிங்கமா நெனைச்சே.’

‘அட!’

இரண்டு பேரும் மோதிரத்தைப் பார்த்தோம். ‘யோவ். இது சாதாரண மோதிரம் இல்லை. என்னவோ ரொம்ப சக்தியுள்ள சாமி மோதிரம். எல்லாத்தையும் விட்டுட்டு, முதல்ல அந்தச் சாமியாரைத் தேடலாம். வா, எங்க பார்த்த?’

‘மேம்பாலத்தண்ட.’

‘கடவுள்கிட்டயே திருடினவன் நீதான்யா.’

‘அந்த ஆளு கடவுள்ங்கறியா இப்ப?’

‘சரி சரி வா போகலாம். அவரைத் தேடலாம் வா.’

‘மோதிரம்.’

‘அதையும் எடுத்துக்கிட்டு வந்துரு. அதை அவர்கிட்ட ரிட்டன் பண்ணிட்டு மன்னிப்பு கேட்டாத்தான் உண்டு!’

ரெண்டு பேரும் வேகு வேகுன்னு பஸ் ஸ்டாண்டு மேம் பாலத்தை நோக்கி ஓடினோம். ரயில்வே ஸ்டேஷன்லேருந்து சாரி சாரியாக சனம். அம்பது திபேத்துக்காரங்க கம்பளி சட்டை வித்துக்கிட்டு இருந்தாங்க. லாட்டரிக்காரன் பழைய கார்ல லவுட் ஸ்பீக்கர் பொருத்தி தவளை மாதிரி தொடர்ந்தேத்தியா ‘நாளேட்ரா நாளேட்ரா’ன்னு கத்திக்கிட்டு இருந்தான். கீழ பார்த்தா சிவப்பு சிவப்பா பூச்சிங்க மாதிரி பஸ்ஸுங்க அலையுது.

‘இதில் எங்க சாமியாரைத் தேடுவ நீ?’ சங்கம் வரைக்கும் நடந்து டவன்ல போய் மெஜிஸ்டிக் போனோம். நேரா கெம்கோடா ரோடு மேல போகாம சிக் பேட்டைக்குள்ள நுழைஞ்சோம். சாயம் போட்டு கலர் கலரா புடைவை உலத்திக்கிட்டு இருந்தாங்க. வரிசையா சைக்கிள் வித்துக்கிட்டு இருந்தாங்க. அப்புறம் எலக்ட்ரிக் சாமான். ‘இந்தப் பேட்டைக்குள்ள நுழைஞ்சு வெளியே வர்றவன் கில்லாடிய்யா.’ ஒரு மூலையில ஏழெட்டு பேரு புடி, புடி அடின்னு ஓடிக்கிட்டு இருந்தாங்க. தெரு நாய் உற்சாகமா குலைச்சுக்கிட்டு அவங்க பின்னால ஓடிக்கிட்டு இருக்கு. ‘வா, போய்ப் பார்க்கலாம்’னு போனோம். போகப் போக கூட்டம் அதிகமாகிக்கிட்டு இருக்க தொம் தொம்னு வாழைப் பட்டை அடிக்கிற மாதிரி சுமார் பத்து பதினைஞ்சு பேரு சேர்ந்து ஒரு ஆளை அடிச்சுக்கிட்டு இருந்தானுக. சின்னப் பையன் எல்லாம் தர்ம அடி அடிக்க, ‘யாருய்யா இது? எதுக்கய்யா அடிக்கிறீங்க’ன்னு கேட்டப்ப அடி படற ஆளை முதத் தடவையா பார்த்தேன்.

‘மல்லி! இந்தாளுதான். இவர்தான்!’

‘அய்யோ இப்படிப் போட்டு அடிக்கறாங்களே! ஏன் அடிக்கிறீங்க? அந்தாளு சாமி மாதிரிய்யா.’

‘சாமியா? பைத்தியம் கிராக்கு உச்சு.’

‘என்னய்யா செஞ்சாரு?’

‘போற வர்ற பொம்பளைங்க பாவாடையெல்லாம் தூக்கிப் பார்க்கறாரு. என்னடான்னா ஆராய்ச்சியாம்.’

நான் கிட்ட போக தாத்தாவை பேருக்குப் பேர் முகத்தில் குத்திக் கொண்டிருந்தாங்க. முதுகை மடக்கி முதுகில தொம் தொம்னு அடிச்சுக்கிட்டு இருக்க, தாத்தா அப்பப்ப அதுக்கேத்தாப்பல குனியறாரே தவிர அவருக்கு வலிச்சதாத் தெரியலை. திரும்ப அடிச்ச ஆளை குழந்தை மாதிரி பார்க்கறாரு. இதுனாலேயே அந்தாளுக்கு ஆத்திரம் அதிகமாகி இன்னமும் அடிக்க, அவனுக்குத்தான் கை வலிக்கும் போல இருந்தது. இவர் அதை மதிக்காமலே யாருக்கோ அடி விழறாமாதிரி தாங்கிகிட்டு இருந்தாரு. மல்லிகாவும், நானும் கூட்டத்தை விலக்கி, ‘யோவ் வெக்கமால்லை. வயசானவரைப் போட்டு அடிக்கறிங்களே’ என்று சொல்ல, ‘பைத்தியம், பைத்தியம். கையைப் புடிக்கறான். மோந்து பார்க்கறான். கிழவன் லேசுப்பட்டவன் இல்லை. நாய் எல்லாம் குலைக்குது பாரு.’

'நாய் குலைச்சா பைத்தியமா? யார்யா சொன்னது? விடு. விடு. தாத்தா நீங்க வாங்க. அவங்க கிடக்கறாங்க. அவங்களை மன்னிச்சுக்கலாம். வாங்க வாங்க' என்று அவரை அந்த வட்டத்தில் இருந்து பிரிச்சு தனியா அழைச்சுட்டுப் போனோம்.

'தக்க வேளை நீ வந்தே' என்றார் அய்யா.

'தண்ணி கிண்ணி ஏதாவது சாப்பிடறீங்களா தாத்தா?'

'அய்யா நீதானே கொஞ்ச நேரம் முன்னாடி என் ட்ரான்ஸ்மீட்டரை வாங்கிக்கொண்டு போனீங்க?'

'ஆமாம் தாத்தா. என்னை மன்னிச்சுருங்க. உங்க சக்தி தெரியாம உங்க மோதிரத்தைத் திருடிட்டேன். அப்புறம் இவதான் சொன்னா இது தெய்வ சக்தியுள்ளதுன்னு.'

'அது எங்க இப்ப?'

'கொண்டாந்திருக்கேன்.'

மோதிரத்தை எடுத்துக் கொடுக்கவும், தாத்தா அதை வாங்கிப் போட்டுக்கிடடு, 'நன்றி. நான் இதை இழந்துட்டன்னே நெனைச்சேன். பெரிய சிக்கலாயிருக்கும்.'

'அய்யா நீங்க யாரு?'ன்னா மல்லிகா.

'முதல் தடவையா மல்லியைப் பார்த்து 'நீ யாரு'ன்னாரு தாத்தா.

'அய்யா, என் பேரு மல்லிகா. ஆசீர்வாதம் பண்ணுங்க. இந்த வருஷத்துக்குள்ள என் துன்பம் எல்லாம் தீருமா? எனக்கு சினிமாவில சான்ஸ் கெடைக்குமா?'

'அய்யா நீங்க எந்த ஊரு சாமியாரு?'

'நான் சாமியாரில்லை. இது மோதிரம் இல்லை!'

'உங்க ஊரு?'

'ஆல்ஃபா செண்ட்டாரி.'

'அது எங்கருக்கு? திருநெல்வேலி பக்கமா?'ன்னேன்.

'இல்லை, அதோ அங்கே'ன்னு வானத்தை நோக்கிக் காட்டினாரு.

‘ஏரோப்ளேனா?’

‘மல்லிகா, இங்க பக்கத்துல மைதானமா ஒரு ஸ்தலம் இருக்கா?’ன்னாரு. மோதிரத்தைத் திருப்பத் திருப்ப அதுக்குள் ளிருந்து டால் அதிகமாச்சு.

‘இருக்குங்க. எதுக்குங்க?’

‘நான் புறப்படணும். இதுக்காகத்தான் காத்திருந்தேன். இப்போதே நேரமாகி விட்டது.’

‘இந்த மோதிரம் உங்களுக்கு முக்கியமுங்களா?’

‘இது மோதிரம் இல்லை. எல்.எச்.டி.’

‘அப்படின்னா?’

‘லேசர் ஹோமிங் டிவைஸ்.’

‘என்னய்யா சொல்றாரு? நிசமாவே பைத்தியமா?’

‘தாத்தா இந்த மோதிரத்தைக் கைல வெச்சிருக்கறப்ப மத்தவங்க எண்ணங்கள்லாம் கேட்டுது. அந்தச் சக்தி இதுக்கு உள்ளதா?’

‘ஆமாம். அதில ஆக்ஸிலிரி தாட் ட்ரான்ஸ்மீட்டர் உண்டு.

‘தாட்டா தாட்டு நுங்குதான் சொல்வாங்க. யோவ்! கிழம் அவங்க சொன்னாப்பல பைத்தியம்தான்.’

‘நான் பைத்தியமல்லம்மா. அங்கருந்து வந்தவன்’ன்னு மேல வானத்தை மறுபடி காட்டி ஆல்பா செண்டுவாரின்னு மந்திரம் போல உச்சரிக்குது. ‘மைதானம் எங்கே உள்ளது?’

ரெண்டு பேரும் ஒருத்தரை ஒருத்தர் பாத்துக்கிட்டு சரிதான்னு ‘மைதானத்தில் கொண்டு விட்டுப் போயிரலாம்யா. என்ன எழவோ தெரியலை’ன்னு நேரா மைசூர் பாங்க் சர்க்கிள் தாண்டி கபன் பார்க்கைத் தாண்டி என்.ஐ.எஸ். மைதானம் இருக்குது பாருங்க, அங்க கொண்டு போனோம். போறப்ப நாயெல்லாம் அவரைப் பார்த்துக் குலைக்க, ஒரு தெரு நாயைப் பார்த்து மோதிரத்தைக் காட்டினாரு. அது காள் காள்னு கத்திக்கிட்டு, வாலைச் சொருகிக்கிட்டு அறுபது மைல் ஸ்பீடில ஓடிப் போயிருச்சு. ‘இது ஆயுதமும்கூட’ன்னாரு. ‘என்னவோ தப்பு

செய்தேன். என்ன? ஆர்வம்தான் தப்பு. ஆண் பெண் வித்தியாசம், உடைகளில் மட்டும்தானா? உடைகளுக்கு உள்ளேயுமா என்று ஆராய்ச்சி பண்ண முயற்சி செய்தபோது, அவர்கள் பலர் என்னை அடித்தார்கள்'னு சொல்லிக்கிட்டே வந்தப்ப மைதானத்துக்குப் பக்கத்தில் வந்தோம். பொம்பளைங்கள்ளாம் வாலி பால் ஆடிக்கிட்டு இருந்தாங்க. 'இங்க வேண்டாம்'னாரு. விடு விடுன்னு அந்த வயசுக்கு சுறுசுறுப்பா நடந்தாரு. தனியா கொஞ்சம் மேடா, புல்வெளியா இருந்த இடத்தை இப்படி அப்படிப் பார்த்துத் தேர்ந்தெடுத்தாரு. அப்புறம் என்னைப் பார்த்தாரு. மல்லிகாவையும் பார்த்தாரு. 'உங்க ஊர்ல பைத்தியக் காரனுக்கும் புத்திசாலிக்கும் வித்தியாசம் கண்டுபிடிக்கத் தெரியலை. என்னை அனாவசியத்துக்கு அடிக்கிறாங்க. ஆர்வம் உங்க ஊர்ல குற்றம்போல இருக்கிறது. நல்ல வேளை என் ட்ரான்ஸ்மீட்டர் கிடைத்தது. அதை நீங்கள் கொடுக்கவில்லை என்றால் என்னை அழித்திருப்பார்கள் இன்னேரம்.' என்னை வாத்சல்யமாப் பார்த்தாரு. 'அதற்காக உங்க ரெண்டு பேருக்கும் வந்தனம்!'

'இன்னாய்யா சொல்றாரு.'

தாத்தா தன் மோதிரத்தைப் போட்டுக்கிட்டாரு. அதை ஒரு கையை உயர்த்தி வானத்தை நோக்கிப் புடிச்சுக்கிட்டாரு. ஒரு மாதிரி முஷ்டி பண்ணிக்கிட்டு வானத்தில காட்னாரு.

நீங்க நம்பாட்டி போங்க சத்தியமா நடந்தது இதுதான்.

'பஸ்ஸ்ஸ்ஸ்ஸ்னு' ஒரு மாதிரி சத்தம் கேட்டுச்சு. டயர்ல காத்து புடுங்கிக்கிட்டா கேக்குமே, அதுபோல். அப்றம் டிங்க்னு ஒரு மணி சப்தம் மாதிரி கேட்டுச்சு. ஒரு சின்ன வெடி. அப்புறம் உலகத்திலேயே நீங்க யாரும் கேட்டிருக்கமாட்டிங்க. அப்படி ஒரு வினோதமான ஒலி அது. பாட்டா, மெசினா, காத்தா எதுன்னு சொல்லத் தெரியலை. எல்லாம் கலந்து கேட்டது. அவ்வளவுதான். தாத்தா காணாமப் போயிட்டார். ஆமா! மறைஞ்சே போயிட்டார். அவர் விட்டுப் போன இடத்திலே லேசா நீலமா ஒரு புகை. அதும் கொஞ்ச நேரத்தில காத்தில கரைஞ்சு போயிருச்சு.

மேல பார்த்தம். நீல வானத்தில் சின்னதா பஞ்சு தீற்றின மாதிரி ஒரு பொருள் தெரிஞ்சு அதும் மறைஞ்சு போச்சு.

மல்லிகா, 'வா வா ஓடிப் போயிரலாம்'னா.

எனக்குத் தெரியும். நீங்க இதெல்லாம் புருடான்னு நம்ப மாட்டீங்க. வேணும்னா மல்லிகாவைக் கேட்டுப் பாருங்க. அவகிட்ட நடந்ததைத் தனியா விசாரிச்சுப் பாருங்க. பஸ் ஸ்டாண்டு பக்கம்தான் சுத்திக்கிட்டு இருப்பா. கேட்டுப் பாருங்க என்னா நடந்திச்சுன்னு? அட அதிலயும் நம்பிக்கை வரலைன்னா என்.ஐ.எஸ். பக்கத்தில, மைதானத்தில, மேட்டில், அந்த இடத்தை வந்து பாருங்க. கருகலாத் தீஞ்சு இருக்குது அந்த இடம். அதைப் பாருங்க. தாத்தா யாரு, எந்த ஊரு எல்லாம் எனக்குச் சொல்லத் தெரியலை. ஆனால் நடந்ததை நான் விவரிச்சது எல்லாமே சத்தியம். நீங்களே யோசிச்சுப் பாருங்க. மூணாம் கிளாஸுக்கு மேல படிக்காத என் மாதிரி ஒரு சிக்பேட்டை பிக்பாக்கெட்டுக்கு இந்த மாதிரி கதையைக் கற்பனை பண்ணிச் சொல்ல முடியுமா, சொல்லுங்க.

5

கரை கண்ட ராமன்

மதுராந்தகத்திலிருந்து எட்டு மைல் தொலைவில் இருந்தது சீராரம் என்னும் அந்த ஸ்ரீராமபுரம். 'வருக! வருக!' என்று ஊராட்சி ஒன்றியம் அழைத்தது. கோயிலின் குள்ள கோபுரம் தெரிந்தது. காரைத் தொடர்ந்து சீராரத்தின் கருப்பட்டி நாய் ஒன்று குலைத்துக்கொண்டு தன் எல்லைவரை ஓடி வந்தது. புழுதிப் பாதை. கோயிலின் அருகில் போய் நிறுத்தினான். கார் கிளப்பிய புழுதிப்படலம் இன்னும் அடங்கவில்லை. ஓர் ஆள் ஓடிவந்து 'என்னங்க' என்றான்.

'கோயில் எப்ப தொறக்கும்' என்றான்.

'அதுக்கு நேரம் கிடையாதுங்க. அக்கிரகாரத்திலே கிருஷ்ணசாமின்னு அர்ச்சகர் இருக்கார். தக்ளிலே நூல் நூத்துக்கிட்டு இருப்பாரு. மேற்கே பார்த்த வீடு. அவர்கிட்ட சாவி இருக்குது.'

'அவரைக் கூட்டி வா.'

அவன் இங்கிருந்தே 'அய்யரே அய்யரே' என்று கத்திக்கொண்டு ஓடினான். சிறு குழந்தைகளும் பெரியவர்களும் காரில் வந்தவனை வேடிக்கை பார்க்க வந்தனர். வெயில் கண்ணாடி அணிந்துகொண்டான். சிகரெட் பற்றவைத்தான். பார்வைகள்! மௌனமாகக் கம்பளிப்பூச்சி ஊர்வதுபோல் உடம்பை உறுத்தும் பார்வைகள்.

‘என்னய்யா?’ என்று அதட்டினான்.

‘ஒண்ணுமில்லே. சும்மா…’ என்றான் முண்டாசுக்காரன்.

‘இங்கே போலீஸ் போஸ்டு ஏதாவது இருக்கா?’

‘இல்லீங்க. அதுக்கு மதுராந்தகம் போகணும்.’

சிதிலமாக இருந்தது கோயில். மதில் பக்கம் கண்டபடி காட்டுச் செடிகள் வளர்ந்திருந்தன. நிறையப் பொக்கை இருந்தது. நூற்றாண்டுகளாகப் பட்ட காற்றும் மழையும் கோபுரத்தைப் பச்சைக் கருப்பாக்கி இருந்தன. நாமங்கள் அழிந்திருந்தன. மரத்தேர், ஓடுவதை மறந்து தரை தட்டியிருந்தது. அதனடியில் பன்றிக் குட்டிகள் வால் சுற்றிக்கொண்டிருந்தன. ‘ஊழல் போதாதா! உனக்கா ஓட்டு!’ என்று சுவரில் எழுத்துக்களில் அரசியல் காலம் கடந்திருந்தது.

அந்த அர்ச்சகர் வேர்க்க விறுவிறுக்க ஓடி வந்தார். வயிறு மட்டும் விலகி முதலிலேயே வந்துவிட்டது. பூணூல் தேர் வடம்போல் தடியாக இருந்தது. மூக்கு பெரிசாக இருந்தது. 1945-ல் அழகாக இருந்திருக்கலாம். இப்போது பாரியான உடம்பு.

‘வாங்கோ! கோயிலுக்கு வாரத்துக்கு ஒத்தர்தான் வரா. அதான் நூல் நூத்துண்டு இருந்தேன்.’ அவர் இடுப்பில் சாவிக்கொத்து செருகியிருந்தது.

‘ஏன் அய்யரே, சாமி கும்பிட வர நேரத்திலே கோயிலைத் திறந்து வெச்சிருக்கக் கூடாது? அவுங்க பாரு மெட்றாஸ்லேந்து ப்ளெஷர் எடுத்துக்கிட்டு வந்திருக்காங்க. எவ்வள நாளி காத்திருப்பாங்க?’

‘அடப்போடா எச்சக்கலை! எனக்கு கோயிலை எப்ப திறக்கிறது எப்ப மூடறதுன்னு தெரியும்! நீங்க வாங்கோ சார். பெருமாள் சேவிக்கணுமா?’

கோயில் வாசலில் மரக் கதவு இரண்டையும் பிணைத்து தொள தொள என்று ஓர் இரும்புச் சங்கிலி. பெரிய கரிய பூட்டுச்சாவியை உள்ளே வைத்த உடனே வாய் திறந்துகொண்டது. கதவு திறக்கும்போது ‘எண்ணெய் வேண்டும்’ என்று முனகியது. துவஜஸ்தம்பம் தெரிந்தது.

‘சீக்கிரம் வந்துடுங்கோ, தலையிலே கல் விழுந்தாலும் விழும். சிதிலமா இருக்கு கோயில். எண்டோமெண்ட் போர்டுக்கு எழுதிக் கொடுத்திருக்கோம், எடுத்துங்கோங்கோன்னு. ரிப்ளையே வரலை. பிராசீனமான கோயில்... கரை கண்ட ராமன்னு பெருமாளுக்குப் பேரு. மதுராந்தகத்திலே ஏரி காத்த ராமன். இங்கே கரை கண்ட ராமன். அதைவிட இது பழைய கோயில். திருமங்கை மன்னன் ஒரு பத்து பாசுரம் பாடியிருக்கார். சுவத்திலே எழுதியிருக்கு பாருங்கோ.’

‘எவ்வளவு பழசுய்யா இந்தக் கோயில்?’

‘உடையவர் காலத்துக்குக்கூட முற்பட்டது. பெரிய நம்பி இங்கே வந்திருக்கார். சாஸனங்கள் இருக்கு. சுவத்திலே எல்லாம் வேற லிபியிலே எழுதியிருக்கா பாருங்கோ! ரொம்பப் பழைய கோயில்.’

முள் செடிகளைக் கடந்து பட்டப் பகலிலே மிக்க இருட்டாக இருக்கும் சந்நிதியை அடைந்தார்கள். உயிர் போகிற மாதிரி ஒரு விளக்கு எரிந்துகொண்டிருந்தது. ‘எண்ணெய்க்கே தினம் நாலணா ஆறது’ என்று அதைத் தூண்டிவிட்டார்.

கரைகண்ட ராமனைப் பார்த்தான். பிரமித்தான். கோடி வேட்டி சுற்றியிருந்தது விக்கிரகம். கரப்பான் பூச்சி சுவாமி மேலே ஓடியது. இருந்தும் அந்த மங்கலான ஒளியில் அந்த முகத்தில் இருந்த புன்னகையும் கையில் வில் வைத்திருந்த ஒயிலும் காதின் பாடகமும் கன்னத்தில் குழிவுகளும் பக்கத்தில் பதவிசாக நின்ற மனைவியும் தம்பியும். ‘திருமஞ்சனம் திருவாராதனம் ஒண்ணு விடறதில்லை நான். எல்லாம் கிரமப்படி நடத்திண்டு வரேன். அஷ்டோத்திரம் சொல்லி அர்ச்சனை பண்ணிடலாமா?’

‘என்ன விக்கிரகம்யா அது, செம்பா?’ என்றான்.

‘இல்லை. இதைப் பஞ்சலோகம்னு சொல்றா. ரொம்ப அபூர்வ மான விக்கிரகம். மூலவர் பேர் கோதண்டராமன். உத்சவர்தான் கரைகண்ட ராமர். ஸ்ரீராமன், சீதாதேவி லட்சுமணனோட காட்டுக்குப் போறபோது இங்கே வந்து...’

அபாரமான விக்கிரகம். மூன்றரை அடி உயரம் இருந்தது. நகைகள் அதிகமில்லை. மார்பில் ஒரு பச்சைக் கல் நகை இருந்தது.

நகைகள் யாருக்கு வேண்டும்? விக்கிரகம் முப்பதினாயிரம் பெறும். பாக்கி இரண்டும் பதினைந்து பதினைந்துக்குப் போகும். மொத்தம் எழுபதுகூடத் தேறும். மிகப் பழைய விக்கிரகம். பஞ்சலோகம். அருமையான வேலைப்பாடு! ஜான் மயங்கி விழுந்துவிடுவான்.

எடுப்பதிலும் அதிகம் தொந்தரவு இருக்காது. பெடஸ்டல் வைத்து மூன்று பேரும் நிற்கச் சுலபமாக... திடுக்கிட்டான்.

'ஏன் ஸ்வாமி, உற்சவங்களுக்கு விக்கிரகங்களை வெளியிலே எடுக்க மாட்டீங்க?'

'ஏன்?'

'சிமெண்டு போட்டு பூசியிருக்குதே?'

'எடுக்கும்படியாத்தான் இருந்தது முன்னாடி. உற்சவம் எல்லாம் நன்னாத்தான் நடந்திண்டிருந்தது. பங்குனி மாசம் சித்திரை மாசம்... எட்டு வருஷமாத்தான் கேஷ் இல்லாம நின்னு போய்டுத்து. கொஞ்சம் ஸ்திரமாப் பண்ணிடலாமேன்னுட்டு கீழே கொஞ்சம் சிமெண்டு நானே பூசி வெச்சுட்டேன். நாயுடு ஒருத்தர் அரை மூட்டை சிமெண்ட் தந்தார்.'

'இந்தாங்க!' என்றான். பத்து ரூபாய்.

'என்னது! அர்ச்சனையே ஆகலையே இன்னும்!'

'வெச்சுக்கங்க! ராத்திரிக்கு நிறைய விளக்கு ஏத்தி வையுங்க!'

பைத்தியக்காரன்! விக்கிரகங்களை அடிப்பாகத்தில் சிமெண்டு பூசி ஸ்திரமாக்கி வைத்திருக்கிறான். உடைக்க மூன்று மணி நேரமாவது ஆகும்! அவனுக்கு எரிச்சலாக வந்தது. ராத்திரிதான் வேலை நடக்கும் போலிருக்கிறது.

'அஷ்டோத்திரம் சொல்லட்டுமா?'

'சொல்லுங்க!'

'ஓம்!'

ராமரின் கல்யாண குணங்கள் சகலத்தையும் விவரிக்கும் பெயர்களை அவர் ஒவ்வொன்றாக அடுக்க அவன் அந்த மூன்று

விக்கிரகங்களும் எவ்வளவு கனம் இருக்கும் என்று யோசித்தான். காரை உள்ளே கொண்டுவர முடியாது. டிக்கியில் போய்விடும். ஒரு உளி தேவைப்படும். சுத்தி தேவைப்படும். மதுராந்தகத்தில் கிடைக்கும். ஜான் வந்திருக்கலாம். அவனை பம்பாயில்தான் பார்க்க முடியும்.

'நன்னா சேவிங்கோ!'

ஆரத்தியின் அதிகப்பட்ட வெளிச்சத்தில் ராமன் ஜொலித்தான்.

பஞ்சலோகம் தொள்ளாயிரம் வருஷத்துக்கு முந்தின சிலை. அடேய் உனக்கு அதிர்ஷ்டம்டா! கார்பன் டேட்டிங்கூட பண்ண லாம். அப்புறம் பணம் கொடு என்று கேட்கலாம். டாலர்கள்... இனிமையான டாலர்கள்.

கோயிலை விட்டு வெளியே வந்ததும் அவர் அக்கறையாகக் கோயிலைப் பூட்டி, 'அப்ப நான் வரட்டுமா? ரொம்ப சந்தோஷம்' என்றார்.

'சாமி, இன்னிக்கு என்ன நட்சத்திரம்' என்றான்.

'பரணி.'

'பரணியா! பரணிக்கு அடுத்தது?'

'கார்த்திகை.'

'அட, நான் ஒரு நாள் முன்னால வந்துட்டேன். கார்த்திகைதான் என் நட்சத்திரம். நாளைக்குத்தான் வந்து சிறியதா ஒரு உற்சவம் மாதிரி நடத்தி பத்துப் பேருக்குச் சாப்பாடு போட்டு செய்ய ணும்னு எங்கப்பா ஆசைப்பட்டாரு.'

'சரி, போய்ட்டு நாளைக்கு வாங்களேன்.'

'எங்கே? நான் நாகர்கோயில்லேந்து வரேன்.'

'அப்ப மதுராந்தகத்திலே தங்கிட்டு விடிகார்த்தாலே வந்துட் டேன்னா, பாக்கியை நான் பார்த்துக்கறேன்.'

'அதுகூடச் சரிதான். மதுராந்தகத்திலே ஓட்டல் வசதியெல்லாம் எப்படியோ?'

‘ஏ கிளாஸ்! என் ஷட்டகருக்கு உறவுக்காரர்கூட பஜார்லே பத்மா கபேன்னு வெச்சிருக்கார்.’

‘தங்கறதுக்குச் சொன்னேன்.’

‘தங்கறதுக்குக்கூட இருக்கு. ஆனா நீங்க ஒண்ணு பண்ணுங் கோளேன். ஆட்சேபணை இல்லைன்னா நம்மாத்திலே தங்கிக் கோங்களேன். ஒரு ராத்திரிதானே. என் ஆம்படையா பேஷா தளிகை பண்ணிப் போடுவா. எதுக்கு எட்டு மைல் போய்ட்டு வரணும்?’

அவன் புன்னகையுடன், ‘அதுகூடச் சரிதான்’ என்றான்.

கிருஷ்ணசாமிக்குப் பதினாறு வயதிலிருந்து ஆரம்பித்து சளைக்காமல் ஐந்து பெண்கள் இருந்தனர். அவன் திண்ணையில் உட்கார்ந்து எண்ணெய் வழிந்த பிறையைப் பார்த்துக் கொண்டிருக்க மோர் கொண்டுவந்து கொடுத்த பெண்ணை ‘உன் பேர் என்ன?’ என்றான்.

‘அலமேலு.’

‘என் பேர் எச்சி’ என்றது அடுத்தது. அலமேலு, எச்சி எல்லாருமே சிவப்பாக இருந்தனர். கிருஷ்ணசாமியின் மனைவி தென்படவில்லை. நிலைப்படிக்கு மேல் நடுவே நாமம் போட்டு பக்கத்தில் அனுமாரும் கருடனும் போட்டு ஒரு படம் மாட்டியிருந்தது. ‘இந்தப் படி எங்கே போறது?’ என்று அலமேலுவைக் கேட்டான்.

‘மாடிக்கு! தூரம்ணா உள்ளுக்கு’ என்றது.

‘நீ இங்கேயே இருக்கப் போறியா?’ என்றது, கோமளி என்கிற நான்காவது மழலை. அலமேலுவிடம் ஏழைமை தோற்றுப் போயிருந்தது. தலைப் பின்னலின் இறுதியில் கம்பளி நூல். கழுத்தில் கருப்புக் கயிறில் பிளாஸ்டிக் வெங்கடாசலபதி. சீட்டிப் பாவாடை. அம்மா புடைவையின் பாதித் தாவணி... யாவும் சேர்ந்து முயற்சி செய்து தோற்றுப்போயிருந்தன. இருட்டில் பார்த்த ராமன் போல் அழகாக இருந்தாள். உதடுகள் ரோஜா நிறத்துக்கு அருகே இருந்தன. இளமையின் கட்டுக் கடங்காத ராஜ்ஜியம், பரிபாலனம்.

‘எத்தனாவது படிக்கறே அலமேலு?’

‘படிக்கலை மாமா. ஆத்திலே அம்மாவுக்கு ஒத்தாசையா இருக்கேன். இது என்ன, ஃபாரின் வாச்சா? முள்ளே இல்லையே?’

‘ஆமா, இதுக்குள்ள ஒரு லைட்டு எரியறது பாரு. மணி நம்பராகவே காட்டும்! பாரு! இங்கே வா! கிட்ட வா!’

தயங்கித் தயங்கி வந்தாள். டிஜிட்டல் கடிகாரத்தின் சிவப்பு எழுத்துக்களில் அவள் கண்கள் அகல விரிந்தன.

‘இது என்ன சங்கிலி?’

‘என்ன மாமா இது! அங்கெல்லாம் போய்த் தொட்டுண்டு.’

‘அலமேலு!’ என்று உள்ளிருந்து குரல் கூப்பிட, ‘வந்துட்டம்மா!’ என்று காணாமல் போனாள்.

‘ராத்திரிக்குள் ராமனைச் சந்திப்பதற்குள்!’ என்று நினைத்துக் கொண்டான். உடனே தலையில் தட்டிக்கொண்டான். தான் வந்த வேலை என்ன? நடுவே எதற்கு இந்த நப்பாசை.

‘இந்தாங்க மாமா பஜ்ஜி’ - அலமேலு.

‘இந்தாங்க மாமா தீர்த்தம்’ - எச்சி.

‘இந்தாங்க மாமா’ - கோமாளி மழலை.

அவன் கொடுத்த நூறு ரூபாயை ‘எதுக்கு இதெல்லாம்’ என்று வாங்கிக்கொண்டிருந்தார் அர்ச்சகர்.

வாழை இலை, வாழைக்காய் எல்லாம் வாங்கிக்கொண்டு வந்தார். சாவி இடுப்பிலேயே செருகியிருந்தது.

‘சாவி விழுந்துடும்போல் இருக்கு’ என்றான்.

‘விழாது. எப்பவும் இடுப்பிலேதான் இருக்கும்.’

‘எவ்வளவு வரது கோயில்லே உங்களுக்கு?’

‘மாசம் பதினஞ்சு ரூபா. அப்புறம் வருஷாந்தரத்துக்கு நெல் உண்டு, அதை வித்துக்கறது. சாப்பாட்டுக்குக் கொஞ்சம்

வெச்சுக்கறது. ஆத்துக்காரி அப்பளம் இடறா. ஒரு பையன் எட்டு வயசிலே சீரங்கத்திலே பாடசாலையிலே விட்டுருக்கேன். ஒரு பொண்ணு செங்கல்பட்டிலே வக்கீலாத்திலே குழந்தையைப் பாத்துக்கறது. அவா பணம் பதினஞ்சு அனுப்பறா.'

'மொத்தம் ஏழா?'

'ஆமா. என்ன பண்றது? அந்த நாள்லே எல்லாம் குடும்பக் கட்டுப்பாடு பிரசாரம் அது இது எல்லாம் கிடையாது.'

'அப்படி ஒண்ணும் ரொம்ப 'அந்த நாள்' இல்லை போலிருக்கே' என்றான்.

'என்ன சொல்றேள்?'

சாயங்காலம் மதுராந்தகம் போய் சில சாதனங்கள் வாங்கிக் கொண்டு இருட்டுவதற்குள் திரும்பி வந்துவிட்டான். அர்ச்சகர் வாழைக்காய் திருத்திக்கொண்டிருந்தார். அலமேலு அரிசி பொறுக்கிக்கொண்டிருந்தாள். அவளின் இதமான புதிய மலர் போன்ற அறியாமை நிறைந்த மென்மையில் சற்றுநேரம் நிலை மறந்தான். ஒரு பையனை சீரங்கத்துக்கும் ஒரு பெண்ணை வக்கீலாத்துக்கும் அனுப்பிக் கை கழுவியிருக்கும் கிருஷ்ணசாமி அய்யங்காரே! உன் மூத்த பெண் அலமேலுவை நான் அழைத்துச் செல்கிறேன். பணம் தருகிறேன். படிப்பு தருகிறேன்... என்று கேட்க நினைத்துப் பதிலாக... 'எத்தனை மணிக்கு நீங்க தூங்கப் போவீங்க?' என்றான்.

'எட்டாச்சுன்னா படுத்துண்டுடுவேன்!'

'அதான் ஏழா?'

'என்ன?'

'ஒண்ணுமில்லை.'

திண்ணையில்தான் படுத்திருந்தார். குறட்டை எதிர்த் திண்ணை யில் படுத்திருந்தவனைத் தாக்கியது. இடுப்பு வேஷ்டி நழுவி யிருந்தது. சாவிக் கொத்து சரிந்திருந்தது.

நிதானமாகக் கோயிலுக்கு நடந்தான். காரை முன்பே கோயில் அருகில் நிறுத்தியிருந்தான். இருட்டு. அவர் குறட்டை

கோயிலின் வாசல்வரை கேட்டது. டிக்கியைத் திறந்து சுத்தி, உளி, கயிறு எல்லாம் எடுத்துக்கொண்டு மெதுவாக மரக்கதவைத் திறந்து உள்ளே நடந்து சந்நிதியை அடைந்து திறந்து...

ராமர் புன்னகை செய்துகொண்டிருந்தார். 'டங்!' அவனுக்கே செதுக்கிய ஒலி பயமாக இருந்தது. விளக்கொளி தங்க நிறத்தில் ராமனை வருடியது. சுவாமி உயிர் பெற்றது போல் நிழல் எதிர்ச் சுவரில் மூலவர்மேல் நடனமாடியது.

சிமெண்ட் பொர பொர என்றிருந்தது. ஒரு தட்டலில் நிறையப் பெயர்ந்தது. சுலபம்தான்!

டங்! டங்! டங்!

ராமன் அணிந்திருந்த வெள்ளை வேட்டியை உருவினான். உள்ளே நிரந்தரமான செதுக்கலில் அவர் உடையணிந்திருந்தார். பிரமாதமான விக்கிரகம்.

டங்! டங்! டங்! மெதுவாக ராமன் அஸ்திவாரத்திலிருந்து அசைந்தார்.

டங்! டங்! டங்!

அவர் இடுப்பில் கயிறு சுற்றி மெதுவாக அசைத்ததில் அவர் விடுதலை பெற்றார்.

அடுத்தது சீதை... திடீர் என்று மயிர்க்கால்கள் சிலிர்த்தன. யாரோ பார்க்கிறார்கள். திரும்பினான். தூரத்தில் உருவம் தெரிந்தது. அவனை நோக்கி வந்தது.

'யாரப்பா அது? யார் சந்நிதிக்குள்ளே! யாரு? யாரு?' அவன் ரத்தம் உறைந்தது. முதுகுத் தண்டில் சில்லிட்டது.

'யார்றா அது யாரு?' அர்ச்சகர் கிருஷ்ணசாமியின் குரல்.

அவசரமாக ராமரைத் தூக்கிப் பார்த்தான். நல்ல கனமாக இருந்தார். உலோகம் புரள்கிற தொனி வினோதமாக இருந்தது.

'அடப்பாவி! ஏய்! விடுடா விக்கிரகத்தை! நீயா? சாவியைக் காணமேன்னு ஏந்தா... ஏய், விடுடா விக்கிரகத்தை. வைடா

அதை!' என்று விக்கிரகத்தின்மேல் பாய்ந்து கட்டிக்கொண்டார். அவன் கயிறை இழுத்தான்.

அவர் அனைத்தையும் சேர்த்துப் பற்றிக்கொண்டு, 'வேணாண்டா! மஹா பாவம்! பழைய காலத்திலே மஹா பெரியவா எல்லாம் பிரதிஷ்டை பண்ணின விக்கிரகண்டா. அதைத் தொடாதே. பாவம்டா! தினம் தினம் நான் தொடறதினாலேதான் என் பாவமூட்டை ஏறிண்டு இருக்கு... சாப்பாட்டுக்கு உன் மாதிரி திருட்டுப் பன்னாடைகளை எல்லாம் நாடவேண்டியிருக்கு... கஷ்டப்படறேன்! விட்டுடுடா! விட்டுடு. இது தெய்வம்! பெருமாள்! உன்னை சும்மா விடமாட்டார். பூண்டோடு அழிஞ்சு போய்டுவே!'

அவர், அவனைப் பிடித்துத் தள்ளின தள்ளலில் விளக்கு சரிந்து அவன் ஏதோ காட்டுத்தனமாக ஓங்க 'கிக்றீச்' என்று சப்தம் கேட்க, ஒரு வௌவால் அவன் முகத்தைச் சீய்த்துக்கொண்டு விர்ர்ர் என்று பறக்க...

'இதப் பார் அய்யரே! ஏன் இப்படி ஏழ்மையிலே சாமி சாமின்னு உசிரை விடறே! சோத்துக்கு அல்லாடறே! ரூபாய் பத்தாயிரம் கொடுக்கறேன். பேசாம கம்முனு இருந்துடு. சாமிக்கு விளக்கு ஏத்த எண்ணெய் இல்லாம கரப்பாம்பூச்சியும் வவ்வாலுமா ஓடுது! நான் உங்க சாமியை எடுத்துட்டுப் போய் கொடுக்கிற இடத்திலே வெளிநாட்டிலே வெல்வெட்டிலே, ஏர்கண்டிசன் ரூமுக்குள்ளே கண்ணாடிப் பொட்டியிலே வெச்சுப்பாங்க! ராமருக்கும் வாழ்வு வந்துடுச்சு... உனக்கும் வாழ்வு வந்துடுச்சு! உன் பொண்ணை நான் கட்டிக்கிறேன். உனக்கும் மச்சு வீடு கட்டித்தரேன். கம்முனு இரு. போலீஸ்காரங்க நாளைக்கு வந்தாக்க என்னை அடிச்சுட்டு போயிட்டான்னு...'

'ஏய்! மஹா பாவி! மஹா பாவி! விக்கிரகத்தை வெச்சுடுடா! வெச்சுடுடா! பாதகம்டா இது. அடுக்காதுடா! அய்யோ ஸ்ரீராமா!'

அர்ச்சகர் அவன் காலை வார... மறுபடி வௌவால் அவன் கன்னத்தில் பட்டுவிட...

அவன் கோபம் அதிகமாகி அவரைச் சுத்தியால் பலமாக மண்டையில் அடித்துவிட்டான்.

அர்ச்சகர் 'ராமா'! என்று நின்றுபோனார். இருட்டில் சாய்ந்தார்.

அவன் மூன்று விக்கிரகங்களையும் பெயர்த்துக்கொண்ட பின் தான் புறப்பட்டான்.

'அப்புறம் அந்த ஆள் என்ன ஆனான்?' என்றான் ஜான்.

'நான் பேப்பர் பார்க்கவில்லை. நான் விட்டுச் சென்றபோது அங்கேயே கிடந்தான். நடு மண்டையில் அடிபட்டது. உடைந்தாற்போல் சப்தம் கேட்டது. இந்த மாதிரி மியூசியம் பிறவிகளும் இருக்கிறார்கள்...'

'ஏன்?'

'பைத்தியக்காரன். நான் வாக்களித்த பணத்தை வாங்கிக்கொண்டு எனக்கு உதவி செய்திருக்கலாம். அவன் பெண்ணைக்கூட நான் கல்யாணம் செய்துகொண்டிருப்பேன். அதை விட்டுவிட்டு என்னை சபிக்கிறானாம்! தண்டனையாம்! அழிந்து போய் விடுவேனாம்.' வாய்விட்டுச் சிரித்தான்.

கரைகண்ட ராமன் தன் மனைவியுடனும் தம்பியுடனும் அந்த பம்பாய் ஹோட்டலின் எட்டாவது மாடி, எண்பதாவது அறையின் ஓரத்தில் நின்றுகொண்டிருந்தார்.

ஜான், பாலித்தீன் உறைகளைத் தயார் செய்துகொண்டே, 'கன்னத்தில் என்ன காயம்?' என்றான்.

தொட்டுப் பார்த்தான். வலித்தது. கண்ணாடியில் பார்த்தான். ஒரே ஒரு சின்ன ரத்தக் காயம்.

எங்கிருந்து வந்தது இந்தக் காயம்? யோசித்தான்.

'அ! அந்த அர்ச்சகனுடன் போராடும்போது வௌவால் ஒன்று முகத்தில் அடித்தது. அப்போது கடித்திருக்க வேண்டும்.'

'வௌவாலா?'

'ஆம்.'

'வௌவால் சாதாரணமாகக் கடிக்காதே?'

'இது கடித்திருக்கிறது.'

‘சமீபத்தில் ரீடர்ஸ் டைஜஸ்ட்டில் படித்தேன். வௌவால்களுக்கும் ரேபிஸ் (Rabies) உண்டாம். அப்போது அவை கடிக்குமாம். கடித்து ஹைட்ரோஃபோபியா வந்து பலர் செத்துப் போயிருக்கிறார்கள்.’

அவன் மறுபடி அந்தக் காயத்தைப் பார்த்துக்கொண்டான். கன்னிப்போய், கோபித்துக்கொண்டிருந்தது. வலித்தது.

கண்ணாடியில் கரைகண்ட ராமன் புன்சிரிப்புடன் தெரிந்தார்.

6

செல்வம்

கையில் ஒரு நூறு ரூபாய் நோட்டை இறுக்கிப் பிடித்துக்கொண்டு குழந்தை தவழ்ந்து தவழ்ந்து வந்தது. அனந்தராமனின் முழங்காலைப் பிடித்துக்கொண்டு நின்று 'ப்பா' என்றது. அனந்தராமன் கவனம் ஈர்க்கப் படவில்லை. செய்தித்தாளில் சர்க்கரை விலை இறங்கப்போவது அவனுக்குச் சுவாரசியமாக இருந்தது. குழந்தை அவன் வேஷ்டியைப் பிடித்து இழுக்க முற்பட்டது. அனந்தராமன் அலுப்புடன், 'என்னடா ரகளை பண்ணுகிறாய்? ஏய் செளமித்ரா! இந்தக் குட்டிப் பிசாசை...' திடுக்கிட்டு நின்றுவிட்டான்.

குழந்தையின் கையில் இருந்த அந்தப் புதிய நூறு ரூபாய் நோட்டைப் பார்த்துவிட்டான். அதன் ரிஸர்வ் பாங்க் மதிப்பை மதிக்காமல் அதை எச்சில் பண்ணிக்கொண்டு சுவைத்துப் பார்த்துக்கொண்டிருந்தது குழந்தை.

'டேய்! டேய்! இதை யார்டா உனக்குக் கொடுத்தார்கள்? செளமித்ரா! இங்கே வந்து பாரு!'

மெதுவாக அதைக் கவர முற்பட்டான். குழந்தை நன்றாக இறுக்கிக் கொத்தாக அதைப் பிடித்துக்கொண்டிருந்தது.

'செளமித்ரா! செளமித்ரா! சீக்கிரம் வாயேன்! டேய்! ஏதுடா உனக்கு இது? கொடு.'

குழந்தை க்ளக் என்று சிரித்து மேலும் 'பீகா பீகா' என்றது.

'கொடு! கொடுத்துவிடு! என் செல்லக் கன்றுக்குட்டி! ரவிக்கண்ணு!'

'என்னவாம்! காலங்காத்தாலே அப்பாவும் பிள்ளையும் கொஞ்சியாகிறது.'

'இவன் கையிலே, என்ன பார்?'

'அடப்பாவி! நூறு ரூபாய் நோட்டா?'

'ஆமாம்!'

சௌமித்ரா குழந்தையின் அருகில் வந்தாள்.

'நிஜ நோட்டா?'

'இல்லை, டிராமா நோட்டீஸா? எந்த மாதிரி கசக்கி வைத்திருக் கிறான் பார்! ஆமாம். இது ஏது இவனுக்கு?'

அதைப் பிடுங்கி அதன் வாட்டர்மார்க்கை வெளிச்சத்தில் பார்த்தான்.

'ஏதுடா? ஏதுடா!'

குழந்தை மறுபடி 'க்ளக்' என்றது. அதன் ஒக்காபிலரி, 'க்ளக்', 'பீகா', 'ம்மா', 'காகா', 'ப்பா' என்று குறைந்த வார்த்தைகளில் அடங்கி இருப்பதால் அந்தக் கேள்விக்குச் செவ்வனே பதில் கொடுக்க முடியவில்லை.

'நூறு ரூபா நோட்டு நீ வெச்சிருந்தியா?'

'நூறு ரூபா நோட்டு நீங்க வெச்சிருந்தீங்களா?' - இருவரும் ஒரே சமயத்தில் கேட்டார்கள்.

'நானா! என்கிட்ட ஏது? அதுவும் இந்த மாதச் சம்பளம் பூராவும் பத்து ரூபாய் நோட்டாகத்தானே நீங்க கொண்டுவந்தீங்க? நீங்க தான் வெச்சிருந்திருப்பீங்க!'

'என்கிட்டயா? விளையாடாதே! அதுவும் இருபத்து ஏழாம் தேதி! நான் எட்டாந் தேதியிலிருந்தே பிச்சைக்காரன். உன்னைக் கேட்டு வாங்கிக்கொண்டு போகிறேன், தினம் ஒத்தை ஒத்தை ரூபாய் நோட்டா!'

‘பின்னே எங்கேயிருந்து கொண்டுவந்தான் இதை?’

இருவரும் குழந்தையைப் பார்த்தார்கள். குழந்தை மோகனமாகச் சிரித்தது.

‘கேட்டுப்பாரு, சொல்வான்.’

‘ரவி, ரவி! ரவிக் கண்ணு! இது காயிதம்... காயிதம்...’

‘காக்கா!’ என்றான் ரவி.

‘ஆமாம். காயிதம்... காக்கா...’ அவன் அருகில் மண்டி போட்டுக் கொண்டு உட்கார்ந்தாள். ‘எங்கேருந்து எடுத்தே... பாப்பாவுக்கு எங்கே கிடைச்சுது?’ அபிநயம் செய்தாள். குழந்தை சிரித்துப் பிரகாசமாக ‘பீகா பீகா’ என்றது.

‘ஐயோ! பீகா பீகா! வயசு எத்தனை ஆகிறது! ஒரு வயசுக்கு மேலே ஆகலை? பேசக்கூடாது? நான் இவன் வயசிலே பிளேட்டோ படிச்சுண்டிருந்தேன்! நல்லாத் தின்றான்! அவ்வளவுதான்!’

‘சே! அப்படி எல்லாம் பேசாதீங்க; பேதி புடுங்கிக்கும்! ரவி, ரவி!’

‘பக்கத்து வீட்டுக்குப் போய்ப் பிக்பாக்கெட் அடிச்சுட்டு வந்துட்டானா?’

‘விளையாடாதீங்க. இத்தனை நேரம் என் காலையே சுத்தியபடி தட்டிக்கொண்டிருந்தான். வாசற் கதவு சாத்தியிருக்கிறது?’

‘சாத்தி இருக்கா?’

‘ஆமாம் வாசப்படி தாண்டி வெளியிலே போகவே மாட்டான். அடுக்களைப் பூனையாச்சே இது?’

அந்த நோட்டை மறுபடி விரலால் சுண்டிப்பார்த்தான்.

‘சலவை நோட்டு! புதுசு! நிஜ நோட்டு! நம்ம வீட்டிலே. இருபத்தேழாம் தேதி நூறு ரூபாய் நோட்டா! உறுத்தறதே! தியாகராஜ உற்சவத்திலே வெள்ளைக்காரனைப் பார்க்கிற மாதிரி?! வேலைக்காரி கீலைக்காரி?’

‘அவளை நிறுத்தி இரண்டு வாரமாகப் போகிறது. இப்ப நான்தானே வீட்டு வேலை செஞ்சுக்கறேன்?’

‘பின்னே எங்கேருந்து வந்தது?’

‘இவன் இப்ப எங்கே இருந்து உங்ககிட்ட வந்தான்?’

‘நான் பார்க்கலை. பேப்பர் படிச்சிட்டிருந்தேன்.’

‘பேப்பர்... எப்பப் பார்த்தாலும் பேப்பர்! நான் சமையலிலே கவனமா இருந்திட்டேன். நம்ம வீட்டிலே நூறு ரூபாய் நோட்டு கிடையாதே.’

இருவர் மனத்திலும் சட்டென்று ஒரு சந்தேக நிழல் படிந்து, ‘சே இப்படி இருக்காது’ என்று உடனே விலகியது.

‘பக்கத்து வெத்திலை பாக்குக் கடையிலே...’

‘ஆமாம், ஒரு வயசுக் குழந்தை கதவைத் திறந்துகொண்டு நாயர் கடையிலேபோய் கல்லாப் பெட்டியைத் திறந்து நூறு ரூபாய் நோட்டை... இம்.’

‘பின்னே எப்படி இவனுக்கு அது கிடைச்சுது?’

‘ஏதாவது பில்லி சூனியமா இருக்கப்போறது. அதைத் தொடா தீங்கோ. பார்வதி வீட்டிலே விபூதி கொட்டறதுன்னாளே, ஏதாவது அதுபோல இது...’

‘சே! அசட்டுத்தனமாப் பேசாதே. கொஞ்சம் யோசிக்கலாம். சரியா அனலைஸ் பண்ணலாம். குழந்தை உன்கிட்டே சமையல் அறையிலே எப்ப இருந்தான்?’

‘பத்து நிமிஷத்துக்கு முன்னாலே இருந்திருக்கான்.’

‘அப்ப அவன் கையிலே நூறு ரூபாய் நோட்டு இருந்ததா?’

‘இல்லை. அவன் கையிலே மத்து இருந்தது.’

‘அங்கிருந்து வெளியிலே வந்ததும் பொதுவா என்ன செய்வான்?’

‘நேரா, சுவர் ஓரத்துக்குப் போவான்.’

‘எதற்கு?’

‘காரையைப் பேர்த்துச் சாப்பிடறதுக்கு.’

‘எந்தச் சுவர்?’

'எது இஷ்டமோ அந்தச் சுவர். காரை பேர்ந்திருக்கிறதே!'

அனந்தராமன் சுவர்களை ஆராயத் தலைப்பட்டான்.

'இருங்கோ. நான் பார்த்துச் சொல்றேன்' என்று குழந்தையின் வாய்க்குள் விரலைவிட்டு வழித்துப் பார்த்தாள். குழந்தை 'கக்' என்று இருமிவிட்டுக் கண்ணீருடன் சிரித்தது.

'ஊஹூம்... இன்னிக்குக் காரை சாப்பிடலை.'

'பின்னே எங்கே போனான்? வேர் டிட் யூ கோ ஜூனியர்?'

'ஆமாம். சமஸ்கிருதத்திலே கேளுங்கோ!'

'பாலகா! த்வம்...'

'விளையாடாதீங்க!' அவள் தேர்ந்த ஒரு தாயின் கண்களுடன், தன் குழந்தையின் ஒவ்வொரு பழக்கத்தையும் தீர அறிந்த அமைதியுடன் அந்தச் சிறிய வீட்டின் பகுதிகளைத் தேடினாள். கூடம் என்கிற அறை, வாயில்கதவுக்கும் கூடத்துக்கும் இடையில் இருந்த நடை.

'இங்கே பாருங்க! நடைக்கு வந்திருக்கான். குளம் பண்ணியிருக் கான். அடுத்தது சைக்கிள் கிட்டப் போவான்.'

சைக்கிளின் அருகில் ஒரு பெஞ்சி இருந்தது. அனந்தராமனின் பாட்டி படுத்திருந்த பெஞ்சி அது. ஒரு தடவை அதை ஒரு பேரீச்சம்பழக்காரன் ஒன்றேகால் ரூபாய்க்குக் கேட்டான். அனந்தராமன் அவனை விரட்டிவிட்டான். அந்தப் பெஞ்சியின் கால்களின் இடையில் பழைய செய்தித்தாள்கள், பைண்டு பண்ணின நாவல்கள், ஒரு நடைவண்டியின் பாகங்கள், பெட்பான் ஒன்று...

'இங்கே நிச்சயம் வந்திருக்கான். பெஞ்சி மேலே ஏறி நிச்சயம் ஜன்னல் வழியா வேடிக்கை பார்ப்பான். இந்தப் பெட்டி யாருது?'

'எந்தப் பெட்டி?'

அவள் கையில் ஒரு சிறிய புதிய ப்ரீஃப்கேஸ் பெட்டி இருந்தது. அதை மேலும் கீழும் புரட்டிப் பார்த்தாள். அதில் பளபளக்கும் இரண்டு தட்டையான பூட்டுகள் அமைத்திருந்தன.

‘எங்கே, இப்படிக் கொண்டா அதை!’

அனந்தராமன் அதை வாங்கிப் பார்த்தான்.

‘இது நம்ம வீட்டுது இல்லை.’

‘எங்கே கிடந்தது?’

‘ஜன்னலுக்குப் பக்கத்திலே பெஞ்சி இடுக்கிலே!’ பெட்டியின் ஒரு பக்கத்துப் பூட்டு பூட்டப்படாமல் கொஞ்சம் பெயர்ந் திருந்தது. அதைப் பிடித்துத் திறந்து உள்ளே பார்த்தான்.

‘சௌமித்ரா!’ என்றான்.

‘என்ன?’

‘உள்ளே நிறையப் பணம் இருக்கு.’

‘அப்போ!’

‘நூறு ரூபாய் நோட்டுக் கட்டுத் தெரியறது. பத்து ரூபாய், அஞ்சு ரூபாய் நோட்டுக் கட்டு எல்லாம் அடுக்கி வெச்சிருக்கு.’ மறுபடி அதை எட்டிப்பார்த்தான். திறக்க முற்பட்டான்.

‘திறக்காதீங்க! திறக்காதீங்க! எனக்கு வெலவெலக்கிறது, யாருதோ இது?’

‘தெரியவில்லையே! யாரோ ஜன்னல் வழியாப் போட்டுட்டுப் போயிருக்காங்க?’ அவன் ஜன்னல் வழியாக எட்டிப் பார்த்தான். ஜன்னல் வழியாக சந்து தெரிந்தது. எதிரே குப்பைத் தொட்டி, சைக்கிள் கடை, தன்னைவிட மூன்று தடவை பெரிய காக்கி டிராயர் அணிந்துகொண்டு ஒரு சின்னப் பையன் ஃபெர்னாண்டோவின் வீட்டு வாசலில் பிச்சை எடுத்துக்கொண்டிருந்தான்.

‘வெச்சிடுங்கோ, அங்கேயே போட்டுடுங்கோ! அது ஏதாவது மந்திரிச்ச பொட்டியாக இருக்கப் போறது.’

‘அட சட்! மந்திரமாவது, கிந்திரமாவது!’

‘பின்னே என்னை நேராகப் பார்த்துச் சொல்லுங்க! ஆபீஸ்லே கீபீஸ்லே ஏதாவது...’

‘அறைஞ்சேன்னா தெரியுமா? ஏன் உளர்றே?’

‘பின்னே எப்படித்தான் வந்தது?’

‘இரு, யோசிக்கிறேன். பெட்டியை யாரோ நம்ம ஜன்னல் வழியா உள்ளே போட்டிருக்கான். அதிலேருந்து ஒரு நோட்டு உதிந்திருக்கு. அப்பத்தான் உன் பிள்ளை...’

‘திருட்டுச் சொத்தாக இருக்கும். திருடன் வந்திருக்கான். பக்கத்திலே எங்கேயோ திருடிட்டு...’

‘இரு, இரு! நீ பாட்டுக்குக் கற்பனையை ஓட விடாதே.’

‘அப்போ அதைத் தொடாதீங்களேன். வெச்சுடுங்களேன்.’

‘பேர் ஏதாவது போட்டிருக்கா பார்க்கறேன்.’

‘மறுபடி இன்னிக்கு ராத்திரி பெட்டிக்காகத் திருடன் வரப் போகிறான். நான் இந்த வீட்டில் இருக்க மாட்டேன்.’

‘ராத்திரியைப் பத்தி அப்புறம் கவலைப்படு. இப்ப என்ன செய்கிறது?’

‘பத்துவுக்குப் போன் பண்ணி வரச் சொல்லட்டுமா? அவனுக்கு அதெல்லாம் என்ன பண்றது என்று தெரியும்?’

பத்து அவள் தம்பி. கிளாக்ஸோ கம்பெனியில் வேலையாக இருக்கிறான். அனந்தராமனுக்கு ஒன்றும் தெரியாது என்று ஸ்தாபிக்கவே பிறந்தவன்.

‘என்ன அத்திம்பேரே! இந்தப் பேனாவை அஞ்சு ரூபா கொடுத்து வாங்கினீர்களா? அதே பேனா காமதேனுவிலே ஒண்ணே கால்! மூணு வாங்கினா ஒரு சோப் பெட்டி இனாம்!’ என்கிற ரீதியில் அவன் பேசுவது வழக்கம்.

‘ஏன், எனக்கா சொந்த புத்தி இல்லையா? பொட்டி கனக்கிறதைப் பார்த்தா ஏகப்பட்ட பணம் இருக்கும்போல இருக்கு.’ அதை ஆட்டிப் பார்த்தான். சில நோட்டுக்கள் அலட்சியமாக உதிர்ந்தன. அதை எடுத்து பத்திரமாக மடித்து மறுபடி உள்ளே செருகினான்.

‘நேராப் போய் போலீஸ் கிட்டக் கொடுத்திடவேண்டியதுதான்.’

‘அவா உனக்கு இது எப்படி வந்ததுன்னு கேட்டா?’

‘கூரையைப் பிச்சுண்டு வந்ததுன்னு சொல்றேன்.’

'நம்புவாளா?'

'சரி, நம்ப மாட்டா. நாம்பளே வெச்சுக்கலாமா?'

'வேண்டாம், வேண்டாம்.'

'சரி, என் ஷர்ட்டை எடு.'

'நானும் உங்ககூட வரேன்.'

'போலீஸ் ஸ்டேஷனுக்கா?'

'நீங்க போனதும் அந்தத் திருடன் வந்து கத்தியைக் காட்டி மிரட்டினான்னா?'

'திருடன் என்று எப்படிச் சொல்ல முடியும்?'

'யார் போட்டது பின்னே! எதுக்காகப் போட்டிருக்க முடியும்?'

'என்ன தெரியும் நமக்கு? நம்மைச் சுற்றி எவ்வளவு தெரியாத விஷயங்கள் நடக்கின்றன. நம்ம பக்கத்து வீட்டிலே என்ன நடக்கிறது? அதுவே சரியாத் தெரியுமா உனக்கு? அன்னிக்கு ஒரேயடியாச் சிரிப்பு சத்தம் கேட்டுது. அப்புறம் அழுகைச் சத்தம் கேட்டது. என்ன தெரியுமா? எதிர்த்த வீட்டிலே கான்ட்ராக்டர் இருக்கானே, அவனைத் தெரியுமா? நமக்குத் தெரியாது. நடுராத்திரியிலே லாரி வரதே! அப்புறம் அவன் வீட்டு மாடியிலே நிழலா எத்தனையோ பேர் வந்து போரா. சினிமாக்காரங்க. அப்புறம் ப்ளாக் மணி காரங்க. ரெய்ட் எல்லாம் நடத்தறாங்க. நம்மைச் சுத்தி இருக்கறவா எல்லாரும் பெரிய மனிதர்கள். நாமதான் இந்த அவுட் ஹவுஸ் பிச்சைக்காரங்க! எவன் கொண்டு வந்து வேணும்னு போட்டானோ? எதுக்காகப் போட்டானோ? யாருக்குத் தெரியும்? சொல்லாம கொள்ளாம போலீஸ்கிட்ட கொண்டு கொடுத்துடலாம். நீயும் வரயா?'

'நானுமா? போலீஸ்காரங்க உங்களைப்போட்டுப் புளிய விளாரி னாலே அடிச்சுடப் போறாங்க. எதுக்கும் பத்துவை ஒரு வார்த்தை...'

'கேலித்தனமாப் பேசாதே! நீ வீட்டிலேயே இருக்கியா? என்னோட வரயா?'

'எனக்கு இங்கே தனியா இருக்கவும் பயமா இருக்கு.'

‘சரி, ஒண்ணு செய். நான் போய்ட்டு வரவரைக்கும் பாட்டு வாத்தியார் வீட்டிலே போய் இரு. வீட்டைப் பூட்டிட்டுப் போயிடலாம்.’

‘சரி, கொஞ்சம் இருங்க, புடைவையை மாத்திண்டு வந்துடறேன். இந்தாங்க, உங்க ஷர்ட்...’

புடைவையை மாற்றிக்கொண்டே பேசினாள். ‘பஸ்ஸிலே போகவேண்டாம், இவ்வளவு பணத்தையும் வெச்சுண்டு!’

‘சரி.’

‘ஆட்டோவிலே போங்க.’

‘சரி.’

‘அவா ஏதாவது எக்கச்சக்கமா உங்களைச் செஞ்சுடப் போறா!’

‘ஒண்ணும் செய்ய மாட்டா.’

‘ஜாக்கிரதையா இருங்கோ!’

‘சரி.’

‘உடனே வந்துடுவீங்க இல்லையா?’

‘நீ பாட்டு வாத்தியார் வீட்டிலே இதைப் பத்திப் பேசவேண்டாம். ரேவதிகிட்டயும் ஒண்ணும் சொல்லவேண்டாம்.’

‘சேச்சே! நான் ஏன் வாயைத் திறக்கிறேன்.’

அனந்தராமன் தன் ஒரே டெரிகாட் சட்டையை அணிந்து கொண்டு, தலை வாரிக்கொண்டு, செருப்பு மாட்டிக்கொண்டு போலீஸ் ஸ்டேஷனை நோக்கி அந்தப் பெட்டியுடன் புறப்பட்டான்.

புறப்படுமுன் சௌமித்ரா, ‘சில்லரை வெச்சிருக்கிங்களா?’ என்று கேட்டாள்.

அனந்தராமன் தன் பையைச் சோதித்துப் பார்த்து ஒன்றே கால் ரூபாய் இருப்பதாகச் சொன்னான்.

‘ஒண்ணே கால் ரூபாய் எப்படி ஆட்டோவுக்குப் போதும்?’

‘உன்கிட்டே ரூபாய் இருக்கா?’

‘என்கிட்ட எட்டணாதான் இருக்கு. போய்ட்டு வர ரெண்டு மூணு ரூபாயாவது வேணும்.’

‘பஸ்லே போய்டறேன்!’

‘சே, வேண்டாம் ஆபத்து. உங்க அழுக்கு வேஷ்டியையும் இந்தப் புதுப்பெட்டியையும் பார்த்தா நிச்சயம் எவனாவது அடிச்சுப் புடுங்கிடுவான்! கொஞ்சம் இருங்க. ரேவதிகிட்ட கை மாத்தா ஒரு மூணு ரூபாய் வாங்கிண்டு வரேன். அப்புறம் பேப்பர் வித்ததும் அவளுக்குத் திருப்பிக் கொடுத்துடலாம்...’

‘சரி சரி! சீக்கிரம் வாங்கிண்டு வா’ என்றான் அனந்தராமன்.

7

பெண்கள் வருஷம்...

தலை நகரத்தில் குளிர் விலகிக்கொண்டிருந்த ஒரு பிப்ரவரி தினத்தின் ஒரு மத்தியானம். அனந்தராமன் தன் அலுவலகத்தை விட்டு வெளியே வந்தான். கடலைக் கொட்டை வாங்கி உரித்து, மெல்லத் தொடங்கினான். தூரத்தில் பச்சைப் புல்வெளியில் மரத்தடியில் முண்டாசு அணிந்த ஆசாமி துளசிதாஸ் ராமாயணம் படித்துக்கொண்டிருக்க எதிரே முப்பது நாற்பது பேர் தாற்காலிகமாகக் குந்தி உட்கார்ந்திருந் தார்கள். அனந்தராமன் லஞ்ச் இடைவேளையின் போது சற்று நேரம் கடலைக் கொட்டை மென்று கொண்டு துளசிதாஸ் ராமாயணம் கேட்பான். (அந்த ஹிந்தி அவனுக்குச் சற்றுப் புரியும்.) அதில் ஏதோ மெலிதான, இலவசமான, புரதச் சத்துச் சேர்ந்த புண்ணியம் இருப்பதாக அவனுக்கு நம்பிக்கை.

அவள் இந்த ஸர்வ ஜகத்துக்கும் தாய்.

அவள் பொறுமையின் அவதாரம்.

அவள் கற்பின் சிகரம்.

அவள் அழகின் உன்னதம்.

அவள் தெய்வம்.

சீதா தேவி!

சீதா தேவி அக்கினிப் பிரவேசக் கட்டத்தில் இருந்தாள். சுற்றிலும் உட்கார்ந்திருந்த அத்தனை

பேரும் அந்த மகத்தான துயரத்தில் ஆழ்ந்து 'த்ஸோ! த்ஸோ!' என்று உருகிக்கொண்டிருந்தார்கள். அவர்கள் பெரும்பாலும் சர்க்கார் அலுவலகங்களின் தஃப்தாரிகள், பியூன்கள், டிஸ்பாட்ச் கிளார்க்குகள்... தத்தம் சீதாதேவிகளை குடித்துவிட்டு அடிப் பவர்களாகவும் இருக்கக் கூடும் என்று எண்ணினான் அனந்த ராமன் கல்யாண மகாதேவன். அவன் ஒரு ஸ்டெனோ டைப்பிஸ்ட். அவன் சம்பளம் அவனுக்குப் போதும். ஆனால் கல்யாணம் செய்துகொண்டால் அவஸ்தைப்படுவான். அம்மா வாராவாரம் பிள்ளையார் சுழி, க்ஷேமம் போட்ட உடனேயே அவன் கல்யாணத்தைப் பற்றி எழுதுகிறாள். அனந்தராமன் கல்யாணம் செய்துகொள்வதற்கு முன் தேவையான விஷயங் களை எல்லாம் பட்டியல் செய்துவைத்திருக்கிறான். அந்தப் பட்டியலில் முதல் ஐட்டம் பணம். பணம் இல்லாமல் கரோல் பாக்கில் வீட்டுக்கு அட்வான்ஸ் கொடுக்க முடியாது... தேனிலவு போக முடியாது... ஃபர்னிச்சர் வாங்க முடியாது...

'பெண் எஸ்.எல்.சி. பாஸ் பண்ணி இருக்கிறாள். வீணை வாசிக்கிறாள். நல்ல அடக்கமான குடும்பத்துப் பெண். செக்கச் செவேல் என்று நல்ல நிறம். சரசாவின் பெண் மாலினி இல்லை? அவள் போல் சாயல். ஆனால் நல்ல சிவப்பு. காது மூக்குக்குப் போட்டுக் கையிலும் கொடுக்கிறேன் என்கிறார்கள். பெண்ணின் போட்டாவை அனுப்பட்டுமா?'

'மிஸ்டர் அனந்தராமன்!'

காது மூக்கில் வைரம் அணிந்து வீணை வாசித்துவிட்டுக் காரியம் செய்யச் சென்ற அந்த எஸ்.எஸ்.எல்.சி.ப் பெண்ணிடமிருந்து அவன் கவனம் கலைந்தது. திரும்பிப் பார்த்தான்.

ஒரு பஞ்சாபிப் பெண் செக்கச் செவேல் என்று இருந்தாள். ஆண் களின் சட்டை. காதுகளில் பெரிய வளையம். வேஷ்டி போல தொளதொள என்று இருந்த பேண்ட் அணிந்திருந்தாள். தலை மயிர் அடர்த்தியாக, செம்பட்டையாக, காற்றில் அலைந்தது.

'என்னையா?' என்றான் பின்னால் பார்த்துக்கொண்டு. 'ஆம், உங்களைத்தான். கொஞ்சம் என்னுடன் வருகிறீர்களா?'

'நான் திரும்ப ஆபீஸ் செல்லவேண்டும்... ஆர் யூ ஷ்யூர் யூ வாண்ட் மீ?'

‘பத்து நிமிஷம்.’

‘எதற்கு?’

‘உங்கள் நன்மைக்கு.’

‘புரியவில்லை. நீங்கள் யார்?’

‘என் பெயர் ப்ரியா. கான்டினெண்டல் கன்ஸ்ட்ரக்ஷன்ஸ்.’

கம்பெனியின் பெயரைக் கேள்விப்பட்டிருக்கிறான்.

‘என்ன விஷயம், சொல்லுங்கள்.’ கான்டினெண்டல்! ஞாபகம் வந்துவிட்டது. அவன் பணியாற்றும் கம்பெனியின் போட்டிக் காரன். அனந்தராமன் உஷாரானான்.

‘இங்கே சொல்லும்படியாக இல்லை. நீங்கள் சாப்பிட் டாயிற்றா?’

‘ஆயிற்று.’

‘காபி சாப்பிடலாம், வாருங்கள். வாருங்களேன். பயப்படா தீர்கள்! நான் உங்களைக் கடித்து விழுங்கிவிட மாட்டேன். நான் ஒரு பெண்.’

‘எனக்குப் புரியவில்லை.’ அவளுடன் தன்னை அறியாமல் நடந்துகொண்டிருந்தான்.

‘என்னுடன் வந்தால் புரியும்.’

கான்டினெண்டலில் வேலைக்கு மனு போட்டுக் கிடைக்காதது ஞாபகத்துக்கு வந்தது. வேலை கொடுக்கப் போகிறார்களா? என்னை இவளுக்கு எப்படித் தெரியும்? போய்த்தான் பார்ப் போமே. அனந்தராமன் மனத்தில் அப்போதே பால் உணர்ச்சி உருவாகியது. அதில் இருந்த மெலிதான கவர்ச்சி அவனை பிரியா என்பவள் பின் செல்லத் தூண்டியது. பின்னால் திரும்பி தன் ஆபீஸ் கட்டடத்தைப் பார்த்துக்கொண்டான். ஒன்பதாவது மாடியில் ஓரத்தில் தெரியும் ஜன்னல்தான் அவன் ஜன்னல். பக்கத்து ஜன்னலில் ஏர்கண்டிஷனர் தெரிகிறதே, அது அவன் டைரக்டர். அங்கிருந்து பார்த்தால் அடையாளம்கூடத் தெரியாது.

அனந்தராமன் பிரியாவின் பின் நடந்தான். ஒரு ஃபியட் காரின் முன்கதவைத் திறந்தாள். அவள் டிரைவிங் சீட்டில் உட்கார்ந்து

கொண்டாள். சாய்ந்து அனந்தராமன் பக்கத்துக் கதவைச் சரியாகச் சாத்தியபோது அவன்மேல் பட்டாள். மெலிதான செண்ட் வாசனை அடித்தது. மனத்தில் பால் உணர்ச்சி உக்கிரமாகியது.

கார் நகர்ந்தது.

'உங்கள் திறமையைப் பற்றிக் கேள்விப்பட்டிருக்கிறோம். உங்கள் கம்பெனியில் உங்களுக்கு என்ன சம்பளம் கொடுக்கிறார்கள்?'

'ஏன்?' அவள் கையில் ஒரு கடிகாரம் அணிந்திருந்தாள்.

'நாங்கள் உங்களுக்கு ஒரு நல்ல ஆஃபர் தர முடியும்...'

'என்ன வேலை?' அவள் விரல்கள் நீளமாக இருந்தன.

'பர்ஸனல் அஸிஸ்டெண்ட்.'

'சம்பளம்?' விரல் நகங்களில் வெளிர் ரோஜா நிற பாலிஷ் அணிந்திருந்தாள்.

'நீங்கள் சொல்கிற தொகை.' நம்ப முடியவில்லை. இதில் ஏதோ சூது இருக்க வேண்டும். பேசட்டும்....

அனந்தராமன் தன் இருபத்து நான்கு வருட வாழ்க்கையில் இந்த மாதிரி ஒரு பெண்ணுக்கு அருகில் பட்டுக்கொண்டு உட்கார்ந்ததில்லை. ஒரு தடவை அவன் மாமா பெண்ணை திருத்துறைப் பூண்டிவரை ரயிலில் அழைத்துச் சென்றிருக்கிறான். பிரயாணம் முழுக்க அவர்கள் எதிர் எதிரேதான் உட்கார்ந்திருந்தார்கள். அந்தச் சந்தர்ப்பத்தை நழுவ விட்டதற்காக அவன் கனவில் பல தடவை அதே பிரயாணத்தை வேறு வேறு விதங்களில் செய்திருக்கிறான். மாமா பெண்ணுக்குக் கல்யாணம் ஆனதும் கனவுகள் நின்றுவிட்டன.

இந்தப் பெண் இளஞ்சுடராக இருந்தாள். வாசனையடித்தாள். கார் ஒரு ரெஸ்டாரெண்டின்முன் நின்றது. உள்ளே நுழைந்த போது அனந்தராமன் சுற்றிலும் பார்த்துக்கொண்டான். யாராவது பார்த்துவிட்டால்... பாதி இருட்டில் பாப் சங்கீதமும் பீங்கான் சத்தங்களும் கலந்து ஒலிக்க வெய்ட்டர்கள் மேஜைகள் ஊடே சரசமாட... அந்த சர்தார்ஜி ஓர் எலும்பை உறிஞ்சி உண்டு இல்லை என்று பண்ணிக்கொண்டிருந்தான். பிரியாவைப்

பார்த்ததும், ‘ஹலோ பிரியா’ என்றான். அவன் கண்கள் அவளை விஷமப் பார்வை பார்த்துவிட்டு அனந்தராமன்மேல் தங்கின. ‘வெளியில் வா, பார்த்துக் கொள்கிறேன்’ என்று சொல்வதுபோல் பார்வை.

தனியான மேஜையில் அவன் எதிரே உட்கார்ந்தாள்.

‘என்ன சாப்பிடுகிறீர்கள். மசாலா தோசா?’ என்றாள்.

அதில், தான் மதராஸி என்கிற கேலி இருப்பதாகப்பட்டது அனந்தராமனுக்கு.

‘வேண்டாம்’ என்றான்.

‘ஓகே. ஐஸ்கிரீம் சாப்பிடுங்கள்’ என்று வெய்ட்டரைக் கை சொடுக்கிக் கூப்பிட்டு ஆர்டர் செய்தாள். அவள் பார்வை அலைந்தது. அங்கங்கே அடையாளங்களைக் கண்டு புன்னகை செய்தது.

‘உங்கள் மாதிரி திறமை உள்ள ஆசாமி அடிக்கடி கம்பெனி மாறுவதில் ஆச்சரியமில்லை.’

‘என்னைப் பற்றி எப்படி உங்களுக்குத் தெரியும்?’

‘நாங்கள் தெரிந்துகொள்வோம். நீங்கள் கெட்டிக்காரர். கம்பெனி டைரக்டரின் வலது கை மாதிரி...’

‘நீங்கள் எந்தக் கை?’...

‘நான் பப்ளிக் ரிலேஷன்ஸில் இருக்கிறேன்!’

ஏறக்குறைய அரைச் செங்கல் அளவுக்கு ஐஸ் க்ரீம் வந்தது. தித்திக்கப் போகிறேன் என்றது. அதன் மார்பில் ஒரு முந்திரிப் பருப்பு பதிந்திருந்தது. பிரியாவின் மார்பில் ஒரு தங்க டாலர்.

‘சாப்பிடுங்கள்’ என்றாள்.

மெதுவாக ஸ்பூனால் அதன் ஓரத்தைச் சேதம் பண்ணி ஸ்பூனைச் சப்பி அவனைப் பார்த்துப் புன்னகையுடன் இரண்டு கண்களை யும் மூடித்திறந்தாள்.

‘உங்களுக்கு ஒரு புதிய வேலையில் இஷ்டமா?’

‘என்ன வேலை?’ அனந்தராமன் கைக் கடிகாரத்தைப் பார்த்துக் கொண்டான். ‘நான் திரும்ப ஆபீஸ் போகவேண்டும்.’

விஷயத்துக்கு வந்துவிட்டாள். வேலை கொடுக்கிறேன் என்பதெல்லாம் உபரி விஷயம். என்னால் இவளுக்கு ஒரு காரியம் நடக்கவேண்டி இருக்கிறது! அதை ஊகித்திருந்தான்.

‘என்ன காரியம்?’

‘அதற்காக அட்வான்ஸாக ரூபாய் ஆயிரம்’ என்று தன் பர்ஸைத் திறந்தாள்.

‘அதெல்லாம் எதற்கு? முதலில் விஷயத்தைச் சொல்லுங்கள்.’

‘வொர்க்ஸ் மினிஸ்ட்ரிக்கு ஒரு டெண்டர் நாளைக்குக் கடைசி தினம். தெரிந்திருக்குமே உங்களுக்கு.’

சொல்லுங்கள்.’

‘உங்கள் கம்பெனி எவ்வளவு கொட்டேஷன் கொடுத்திருக் கிறார்கள் என்று தெரியவேண்டும்.’

‘புரிகிறது.’

‘எவ்வளவு என்று சொல்லுங்கள். உடனே ரூபாய் ஐயாயிரம். ஆபீஸில் போய்த் தெரிந்துகொண்டு போன் செய்தாலும் சரி. அட்வான்ஸாகப் பணம் கொடுக்கிறோம். பாக்கியை...’

‘புரிந்தது’ என்றான்.

‘நீங்கள் கெட்டிக்காரர். உங்களுக்கு விவரமாகச் சொல்ல வேண்டியதில்லை.’

அனந்தராமன் யோசித்தான். அந்த கொட்டேஷனின் டிராஃப்ட் அவன் மேஜைமேல் டைப் அடிக்கக் காத்திருக்கிறது. அவனுக்குத் தன் கம்பெனி எவ்வளவு கொட்டேஷன் கொடுக்கப் போகிறார்கள் என்பதும் தெரியும். பதினெட்டு லட்சத்து இருபதினாயிரம்... இதை இவளிடம் சொன்னால் இவள் கம்பெனி அதற்குக் குறைவாகக் கொடுத்து டெண்டர் அனுப்புவார்கள். காண்ட்ராக்ட் அவர்களுக்குக் கிடைக்கும்.

‘என்ன சொல்கிறீர்கள்?’

சொன்னால் என்ன? அது துரோகம்... துரோகம்... ஒரு வார்த்தையில் அடங்கிவிட்டது. அவன் டைரக்டர் அவனிடம் வைத்திருக்கும் நம்பிக்கைக்குத் துரோகம். அவ்வளவுதான்; துரோகம் எவ்வளவு கவர்ச்சிகரமானதாக இருக்கிறது. அந்தப் பெண் அவனைப் பார்த்துக் கண் சிமிட்டினாள்.

'எனக்கு ஞாபகம் இல்லை' என்றான். தாற்காலிகமாக பதில் சொல்வதாக அவனுக்குப்பட்டது. ஏன் முடியாது என்று சொல்லிவிட்டு எழுந்து போகமாட்டேன் என்கிறேன்... இன்னும் ஐஸ் க்ரீம் சாப்பிட்டுக்கொண்டிருக்கிறேனே...'

'ஆபீசுக்குப் போய் எனக்கு போன் செய்யுங்கள்... என் நம்பர் எழுதித் தரட்டுமா?'

'எனக்குத் தெரியாது. ஃபைல் டைரக்டரின் அறையில் அலமாரியில் இருக்கிறது. அவர் பூட்டி வைத்திருப்பார்.'

'உங்களிடம்தான் எல்லாச் சாவிகளும் இருக்கின்றனவே!'

'என்னிடம் இல்லை.'

'நீங்கள் பயப்படுகிறீர்கள் என்று நினைக்கிறேன். இதில் பயப் படுவதற்கு என்ன இருக்கிறது? இஷ்டமில்லை என்றால் வேண்டாம். ஃபர்கெட் இட். ஏன் கை நடுங்குகிறது உங்களுக்கு?'

'அதெல்லாம் இல்லை!'

'யு ஸீ மிஸ்டர் அனந்தராமன். உங்கள் முதலாளி ஒரு மார்வாரி; என் முதலாளி ஒரு சிந்தி. இரண்டு பேரிடமும் பணம் இருக்கிறது. இது நாய் நாயைத் தின்னும் வியாபாரம். அந்த டெண்டருக்கு இவர்கள் இரண்டு பேரும்தான் போட்டி. இதில் மார்வாரிக்குக் கிடைத்தால் என்ன? சிந்திக்குக் கிடைத்தால் என்ன? கிடைப்பதாலோ கிடைக் காததாலோ ஒருவரும் விழப்போவதில்லை. நம் போன்றவர் களுக்கு ஏதும் பலன் இல்லை. நீங்கள் சொன்னால் நம் இருவருக் கும் லாபம். என்ன சொல்கிறீர்கள்? யோசிக்க வேண்டாம். முழுப் பணத்தையும் இப்போதே வாங்கிக் கொள்ளுங்கள். ஐயாயிரத்துக்கு மேலே வேண்டுமா?'

ஐயாயிரம் ரூபாய்... அட்வான்ஸ் கொடுத்து விடலாம்... ஃபர்னிச்சர் வாங்கிவிடலாம்... தேன்நிலவு கூடப் போலாம்...

‘நீங்கள் கேட்கும் விஷயம் எனக்குத் தெரியாது. அந்த டெண்டரை டைரக்டரே பார்த்துக்கொள்கிறார்...’

‘இஷ்டமில்லை என்று சொல்லிவிடுங்கள். அநாவசியமாகப் பொய் சொல்லாதீர்கள்... உங்களை நான் அதிகம் வற்புறுத்த விரும்பவில்லை. யோசியுங்கள். இது தில்லியில் சாதாரணமாக நிகழ்வது! பணத்தை வாங்கிக்கொண்டு நீங்கள் எனக்குத் தகவல் சொல்லலாம். எனக்கு உங்களிடம் நம்பிக்கை இருக்கிறது...’

இதிலும் ஒரு நம்பிக்கை.

‘இல்லை, வேண்டாம்!’ என்றான்.

வெயிட்டர் கொண்டு வந்த பில்லின்மேல் அவசர அவரமாக ஒரு கிறுக்கல் கையெழுத்துப் போட்டுவிட்டு, ‘கிளம்பலாமா?’ என்றாள். ‘உங்களை நான் மறுபடியும் ஆபீசில் ட்ராப் செய்கிறேன்.’

காரை மெதுவாகத்தான் செலுத்திக்கொண்டிருந்தாள்.

‘அழகாக இருக்கிறது’ என்றான்.

‘எது?’

‘கார்.’

‘கம்பெனிக் கார். ம்யூஸிக்?’ பட்டனைத் தட்டினாள். பின் சீட்டிலிருந்து ஹிந்திப்பட சங்கீதம் மெலிதாக ஒலித்தது.

‘ஏன் ஓரத்தில் உட்கார்ந்திருக்கிறீர்கள்? நீங்கள் ரொம்ப வெட்கப் படுகிறீர்கள். ரிலாக்ஸ் மிஸ்டர் அனந்தராமன். உங்களுக்குக் கல்யாணம் ஆகிவிட்டதா?’

‘இல்லை.’

‘கல்யாணம் உன்னதமானது.’

‘உங்களுக்கு?’

‘இல்லை சமயமில்லை. மிஸ்டர் அனந்தராமன். நான் உங்களை ஒன்று கேட்கட்டுமா?’

‘ம்.’

‘உங்களுக்கு அந்தத் தொகை தெரியும் அல்லவா? அதை இங்கே வைத்திருக்கிறீர்கள் அல்லவா?’ என்று தன் நெற்றியைத் தொட்டுக் காட்டினாள்.

‘இல்லை’ என்றான் ஹீனமாக.

‘உங்களுக்கு என்ன வேண்டும்? சொல்லுங்கள்!’

‘பார்டன் மீ!’

‘இன்று மாலை நீங்கள் ஃப்ரீயாகத்தானே இருக்கிறீர்கள். என் ஃப்ளாட்டுக்கு வாருங்களேன். சற்று நேரம் பேசிக்கொண்டிருக் கலாம். நான் தனியாகத்தான் இருக்கிறேன்...’

‘பிரியா! நான் உங்களை ஒன்று கேட்கலாமா?’

‘கேளுங்கள்.’

‘நான் சொல்லவேண்டிய விஷயத்துக்காக நீங்கள் என்ன வேண்டு மானாலும் செய்வீர்களா?’

‘என்னால் முடிந்தால்!’

‘ஏன்? ஏன்?’

‘பப்ளிக் ரிலேஷன்ஸ்’ என்றாள்.

‘இது சர்வதேசப் பெண்கள் வருஷம்’ என்றான்.

‘அதற்கும் இதற்கும் என்ன சம்பந்தம்?’

‘பெண்கள் நாட்டை ஆள்கிறார்கள். ஏரோப்ளேன் ஓட்டுகிறார் கள்... இந்த மாதிரி... பப்ளிக் ரிலேஷன்ஸும் செய்கிறார்கள். பெண்களைக் கவர்ச்சிப் பொருளாக, சந்தைப் பொருளாக உபயோகிப்பதை எதிர்த்து மெக்ஸிகோவில் மகாநாடு கூடியது தெரியுமா? எதற்காக உங்களை இப்படி உபயோகப்படுத்த அனுமதிக்கிறீர்கள்? ஊர் பேர் தெரியாத ஒருத்தனிடம் சிரித்துப் பேசி... ஃப்ளாட்டுக்கு அழைத்து...’

‘மிஸ்டர் அனந்தராமன், நான் உங்களிடம் கேட்டது ஓர் எண்ணிக்கை... ஒரு நம்பர்... உபதேசமல்ல! உபதேசம் செய்ய நூற்றுக்கணக்கான ஆசாமிகள் இருக்கிறார்கள்...’

கார் நின்றது... ஒரு கையில் ஒரு குழந்தையுடன் மற்றொரு கையில் ஈவினிங் நியூஸ் பிரதிகளுடன் மார்பு பாதி திறந்து தெரிய, நின்ற கார்களின் ஊடே ஓட்டமும் நடையுமாகக் கெஞ்சிக் கெஞ்சி செய்தித்தாள் பிரதிகளை விற்றுக்கொண்டிருந்தாள் ஒரு பெண்... இறங்கி அனந்தராமனை நோக்கி அவள் ஓடி வந்தாள்.

'சர்வதேசப் பெண்கள் வருஷம்!' என்று சொல்லிவிட்டு விருட்டென்று புறப்பட்டாள் பிரியா...

துளசிதாஸ் ராமாயணம் கலைந்து புல்வெளி காலியாக இருந்தது. லிஃப்ட் வேலை செய்யவில்லை. மெதுவாக ஒவ்வொரு படியாக ஏறினான். முழங்கால் வலித்தது. சுலபமாக வந்த ஐயாயிரம் ரூபாயை வேண்டாம் என்று விட்டுவிட்டான். தான் ஏதோ மகத்தான காரியம் செய்துவிட்டதாகவும் அவனுக்குப் படவில்லை. தன்னிடத்தில் தர்ம உணர்ச்சியைவிட பய உணர்ச்சிதான் அதிகமாக இருந்திருக்கிறது. பாவம் செய் வதற்கும் ஒரு ஜாதகம் வேண்டும், ஒரு தைரியம் வேண்டும், ஒரு ராசி வேண்டும். சுலபமாக அவளிடம் விலாசம் வாங்கிக் கொண்டிருந்திருக்கலாம். அவளை சினிமாவுக்குக் கூப்பிட்டிருக் கலாம். அவள் ஃப்ளாட்டுக்குச் சென்றிருக்கலாம். அவளை... அவளை... ஏன் நான் அதைச் செய்யவில்லை? நான் அவ்வளவு நல்லவனில்லையே! நான் ஒரு கோழை. அவ்வளவுதான்.

தன் அறைக்குச் சென்ற உடனே பெரியவர் கூப்பிடுகிறார் என்று பியூன் சொன்னான். நேராக அவர் அறைக்குச் சென்றான்.

'எங்கே மேன் இவ்வளவு நேரம்?'

'மன்னிக்க வேண்டும் சார்... ஒரு...ஒரு...'

'மணி என்ன பார். லஞ்சுக்குப் போய்வர இரண்டு மணி நேரமா? உனக்கெல்லாம் சம்பளம் கொடுப்பது வீண்!'

'மன்னிக்கவேண்டும், சார்!'

'நாளைக்கு டெண்டர் போகவேண்டும். அதை டைப் அடித்தாயா?'

'இல்லை, ஸார்!'

'போ, உடனே அதை அடி. மாலை எத்தனை நேரமானாலும் அதை அடித்துவிட்டுத்தான் போகவேண்டும். நீயே கைப்பட

வொர்க்ஸ் மினிஸ்ட்ரிக்குக் கொண்டு செல்லவேண்டும். புரிகிறதா?'

'சரி சார்!'

'ஓவர் டைம் போடுவாயா?'

'இல்லை, சார்!'

'ஒரு பதினைந்து நிமிஷம் அதிகமாக வேலை செய்தால் உடனே ஓவர்டைம் ஸ்டேட்மெண்ட் போட்டு வாங்கிவிடுகிறாயே. இப்போது இரண்டு மணிநேரம் லேட்! என்ன செய்வது உன்னை?'

'தவிர்க்க முடியாதபடி...'

'நான்சென்ஸ் மேன்! கேஷியரிடம் உன் சம்பளத்தில் கட் பண்ணச் சொல்லப்போகிறேன். இது உனக்கு முதல் எச்சரிக்கை... போ! கொடுக்கிற சம்பளத்துக்குச் சரியாக உழை!'

டைரக்டரின் அறையைவிட்டு வெளியே வந்த அனந்த ராமனுக்கு சற்று ஆறுதலாகக்கூட இருந்தது.

8

பிரயாணி

சமீபத்திய ஹைஜாக்கினால் விமான நிலையத்தில் சோதனை பலமாக இருந்தது. எனக்குமுன் பரி சோதனைக் கூண்டுக்குள் சென்றவரை பெட்டியில் இருந்த அத்தனை சாமான்களையும் திறந்து, ஷேவிங் ஸோப்பைத் திறந்து பார்த்து, ஹேர் ஆயிலை முகர்ந்து பார்த்து, உடம்பெல்லாம் தடவித் தடவி அட்டகாசம் செய்துவிட்டுத்தான் அவருடைய போர்டிங் கார்டில் வெற்றிகரமான முத்திரை குத்திப் புன்முறுவலுடன் விடுவித்தார் இன்ஸ்பெக்டர்.

'துப்பாக்கி ஏதும் இல்லையே, திருப்திதானே' என்றார் அவர் ஆத்திரத்துடன்.

'எங்கள் கடமையைச் செய்கிறோம்' என்றார் இன்ஸ்பெக்டர்.

'என் போன்ற ஒன்றும் தெரியாதவர்களை இப்படித் துளாவுவீர்கள். மெய்யான ஹைஜாக் ஆசாமியை தப்ப விட்டுவிடுவீர்கள்! கற்பனையே இல்லாத போலீஸ்!' என்றார். இன்ஸ்பெக்டர் புன்முறுவ லுடன் என்னை நோக்கி 'ப்ளீஸ் கம்' என்றார்.

இந்தக் கதை ஹைஜாக் பற்றி இல்லை. நான் சென்ற விமானம் பத்திரமாக டில்லியில் போய் இறங்கப் போகிறது. நம் கதை, அலுத்துக்கொண்டு சென்ற

அந்தப் பிரயாணியைப் பற்றியது. இருங்கள். என் பெட்டியைத் திறந்து காட்டிவிட்டு வந்துவிடுகிறேன்.

நான் அவரை மறுபடி பார்த்தேன். சிகரெட் பற்ற வைத்திருந்தார். கையில் டைம் பத்திரிகை வைத்திருந்தார். அடிக்கடி மணி பார்த்துக்கொண்டிருந்தார். சமீபத்திய சோதனையால் ஏற்பட்ட வெறுப்பு முகத்தில் மிச்சமிருந்தது. அருகில் உட்கார்ந்த என்னை அதே வெறுப்புடன் பார்த்தார்.

அவருக்கு ஐம்பத்து சொச்சம் வயதிருக்கும். உயரம், அதற்கேற்ப திடகாத்திர உடல். நேரான மூக்கு. கூர்மையான கண்கள். சிறு வயதில் அழகாக இருந்திருப்பார். இப்போதுகூட அந்த நரை மயிர்களுக்குச் சாயம் பூசி, கண்களுக்குக்கீழ் தெரிந்த நிழல்களை நிரப்பிவிட்டால், ராஜாபோல ஆகி விடுவார். பற்கள் ஒழுங்காக இருந்தன. சிகரெட் பிடித்ததால் உதடுகள் பாதிக்கப்படவில்லை.

கம்பீரமான மனிதர், போயிங் விமானத்தின் சீட் அவருக்குப் போதாது. அவர் உட்கார்ந்திருந்த ராஜ தோரணையிலேயே ஓர் அதட்டல் இருந்தது. சுற்றிலும் இயங்குவதெல்லாம் தனக்காகவே இயங்கியாக வேண்டும் என்று கட்டாயப்படுத்தும் பாணி. மற்றவர் செய்யும் சிறு தாமதங்கள் அவருக்கு எரிச்சல் தரும். அவரது அவசரத்தில் குறுக்கே நிற்பவர்களை எல்லாம் வெறுப்பார். அவரது வசதிகள் எதற்கும் குறை வரக்கூடாது... எப்படியோ அவர் உட்கார்ந்திருந்த ஹோதாவிலேயே இவை அத்தனையையும் வெளிப்படுத்தினார்.

விமானம் புறப்படுவதற்கான அறிவிப்பு செய்தவுடன் துள்ளி எழுந்து சின்னப் பையன்போல் அவசரமாக நடந்து சிகரெட்டை வாசல்வரை பிடித்து அணைத்துவிட்டு விடுவிடு என்று விமா னத்தை நோக்கி நடந்தார், தன் நடத்தையில் மற்றவர் களையும் 'சீக்கிரம்' என்று அவசரப்படுத்துவதுபோல். தாற்காலிகமாக என் பார்வையிலிருந்து விலகினார்.

விமான வாசலில் என் பச்சைப் பெட்டியை அடையாளம் காட்டி விட்டு, மெதுவாகப் படி ஏறி, ஹோஸ்டஸ்ஸின் ஸ்திரமான புன்னகை நமஸ்தேயைக் கடந்து என் சீட் நம்பரைத் தேடிப் பிடித்து உட்கார்ந்தபோது அவர் என் சீட்டுக்கு இடதுபுற வரிசை யில் மூலையில் உட்கார்ந்துகொண்டு வெளியே நோக்கிக்

கொண்டு இருப்பதைப் பார்த்தேன். 'ஏன் எல்லோரும் இத்தனை நேரமாக்குகிறார்கள். விமானத்தில் ஏறுவதற்கு!'

ஆறு பத்துக்குப் புறப்பட வேண்டிய விமானம் ஆறு நாற்பதுக்குப் புறப்பட்டது. ஒலிபெருக்கியில் அதற்கான மன்னிப்புடன் நூற்றுக்கணக்கான பிரயாணங்களில் திரும்பத் திரும்பச் செய்யும் அறிவிப்பை ஆரம்பித்தார்கள். 'குட் ஈவினிங் லேடிஸ் அண்ட் ஜென்டில்மன். வெல்கம் அபோர்ட் ஐஸி ப்ளைட் நம்பர் 504...'

நான் சீட்பெல்ட்டை இறுக்கிக்கொண்டேன். குறுக்கெழுத்துச் சதுரங்கள் உள்ள செய்தித்தாளை எடுத்துக்கொண்டேன். விமானப் பயணத்துக்கு ஏற்ற பொழுதுபோக்கு அதுதான்.

விமானம் ரன்வேயில் ஆவேசமாக ஓடி, வயிற்றைக் கவ்வும் சரிவில் ஏறி, அந்த ஏற்றத்திலேயே திரும்பி, ஜன்னல் வழியே பங்களூர் என்னும் பொம்மை நகரம் தெரிய விஷ்க் விஷ்க் என்று மேகப் பஞ்சுகளைத் துரத்தி, ஆயிரம் ஆயிரம் அடிகளாக உயர உயரச் சென்றது.

'நோ ஸ்மோக்கிங்' அறிவிப்பு அணைந்தவுடன் அவர் சிகரெட் பற்ற வைத்துக்கொண்டார். அவர் உட்கார்ந்திருந்த சீட் வரிசை புகை பிடிப்பு தடை செய்யப்பட்ட வரிசைகளில் ஒன்று. அருகில் உட்கார்ந்திருந்த கதர்ச்சட்டை ஆசாமி உடனே ஆட்சேபித்தார். விமானத்தின் ஜெட் இரைச்சலில் அவர்களின் உரையாடல் கேட்கவில்லை. ஓர் ஊமைப் படம்போல் ரசித்தேன்.

அவரோ சிகரெட்டை அணைக்கிற சாதியாகத் தெரியவில்லை. கதரோ சிகரெட்டை அனுமதிக்கிற சாதியாகத் தெரியவில்லை. சிக்கல். மேலே இருந்த பட்டன் அழுத்தப்பட்டு ஹோஸ்டஸ் விளிக்கப்பட்டாள். அவள் தன் அலங்காரம் கலையாமல் நுனி உதட்டில் மத்யஸ்தம் செய்து பார்த்தாள். மீண்டும் என் வரிசைக்கு வந்து என் அருகே உட்கார்ந்திருந்த அம்மாளை வேண்டிக் கொண்டாள். சிகரெட் ஆசாமியுடன் சீட் மாற்றிக் கொள்ளும்படி.

எனவே, அவர் என் அருகே சிகரெட்டை அணைக்காமல் தன் பெட்டியுடனும் மிகுந்த ஆத்திரத்துடனும் வந்து உட்கார்ந்தார். என்னைக் கடுமையாகப் பார்த்து, 'யங் மேன்! உனக்கு நான் சிகரெட் பிடிப்பதில் ஆட்சேபணை இல்லையே?' என்றார். நான் சிரித்து 'நான் ஆட்சேபிக்க முடியாது. இது 'நோ ஸ்மோக்கிங்

வரிசையில்லை' என்றேன். அவர் என்னை மறந்தார். 'என்ன ஜனங்கள்' என்றார் பொதுவாக. கதர்ச் சட்டைக்காரரை சந்தர்ப்பம் கிடைத்தால் சிகரெட்டாக மாற்றிக் குடித்திருப்பார் எனத் தோன்றியது. நெற்றியில் பச்சை நரம்பு புடைத்திருப்பது தெரிந்தது. கோபம்.

எனக்கு டாய்லெட் போகவேண்டும் போலிருந்தது. இவரைத் தாண்டிக்கொண்டு போக பயமாக இருந்தது.

நாற்பத்தைந்து நிமிடப் பிரயாணத்துக்குப் பிறகு ஐதராபாத்தில் இறங்கியது விமானம். ஹோஸ்டஸ் தண்ணீர் கொண்டுதர அவர் தன் பெட்டியிலிருந்து ஒரு மாத்திரையை எடுத்து விழுங்கினார். ஐதராபாத்தில் அரை மணியாவது நிற்கும். நான் சாதாரணமாக இறங்கிச் சற்றுக் காலார நடந்துவிட்டு வருவேன். இவரை எழுந்திருக்க வைக்காமல் நான் வெளியேற முடியாது. அப்படிச் செய்தால் என்னைச் சுட்டெரித்து விடுவார்போல இருந்தது. எவ்வளவோ பேர் இறங்கிச் சென்றார்கள். எனக்குத்தான் தைரியமில்லை.

ஐதராபாத்திலிருந்து விமானம் கிளம்ப அதிக தாமதமாயிற்று. புதிய பிரயாணிகள் ஏறிவிட்ட பின்னும் விமானத்தின் கதவை மூடவில்லை. வெள்ளை உடை டிராபிக் ஆசாமி திடுதிடு என்று மேலும் கீழும் நடந்துகொண்டிருந்தான். ஏதோ தப்புக் கணக்கில் ஒரு பிரயாணி உபரியாகப் போய்விட்டார் போலும். அவருக்கு இடம் தேடிக்கொண்டிருந்தார்கள். பக்கத்து சீட்காரர் ஆத்திரத்தில் என்னுடன் பேச இசைந்தார்.

'ஏன் இத்தனை நேரமாக்குகிறார்கள்?'

'விமானம் நிரம்பியிருக்கிறது. ஓர் ஆசாமிக்கு சீட் இல்லை.'

'என்ன முட்டாள் ஜனங்கள். ஒரு சாதாரண ஃப்ளைட்டை சரியாக நடத்தத் தெரியவில்லை.'

ஹோஸ்டஸ்ஸைக் கூப்பிட்டார். அவள் புன்னகையுடன் வந்தாள்.

'ஏன் தாமதம்?'

'மன்னிக்க வேண்டும். உடனே கிளம்பிவிடும்.'

‘அந்த ஆளுக்கு சீட் இல்லை என்றால் இறக்கிவிட்டு உடனே கிளம்பவேண்டியதுதானே! ஏன் எங்களை எல்லாம் இப்படி வதைக்கிறீர்கள்?’

‘மன்னிக்க வேண்டும். உடனே கிளம்பிவிடும்.’

‘இந்த ரீதியில் பதினோரு மணிக்குத்தான் டில்லி போய்ச் சேரும். நான் ஒன்பதரைக்கு அங்கு இருந்தாக வேண்டும். அங்கிருந்து ஏர் இண்டியா விமானத்தைப் பிடிக்கவேண்டும். ஐம் இன் எ ப்ளடி ஹர்ரி மிஸ்.’

‘மன்னிக்கவேண்டும். கூடிய சீக்கிரம் கிளம்பிவிடுகிறோம்’ என்று பல்லவியைச் சற்று மாற்றினாள். தப்பித்தால் போதும் என்று கழன்றுகொண்டாள்.

ஒரு வழியாக உபரி ஆசாமியை ‘அப்பா தாயே’ என்று கெஞ்சி இறக்கியாகிவிட்டது. அப்பாடா! விமானம் புறப்படப்போகிறது என்று நினைத்தால்...

கதவை இன்னும் மூடவில்லை. வெள்ளை உடை ஆசாமி விமானத்தின் மைக்கை ஹோஸ்டஸ்ஸிடமிருந்து கவர்ந்து கொண்டு தெலுங்கு கலந்த உச்சரிப்பில் ‘யுவர் அடென்ஷன் ப்ளீஸ்... ஐந்து பெட்டிகள் இன்னும் அடையாளம் காட்டப் படாமல் இருக்கின்றன. விமானத்தில் ஏறுவதற்கு முன் தத்தம் பெட்டிகளை அடையாளம் காட்டாத பிரயாணிகளை உடனே வந்து அடையாளம் காட்டுமாறு கேட்டுக் கொள்கிறோம். இல்லையேல் அவை விமானத்தில் ஏற்றப்படா!’

அவர் பொறுமை அழிந்துவிட்டது. ஹோஸ்டஸ்ஸைக் கூப்பிட்டுச் சீறினார்: ‘எவ்வளவு மோசமாக ஏர்லைன்ஸ் நடத்துகிறீர்கள். இப்போதே எட்டரை மணியாகப் போகிறது. பத்தரை மணிக்கு நான் ஏர் இண்டியா விமானத்தை டில்லியில் பிடித்தாக வேண்டும். அவர்கள் காத்திருக்க மாட்டார்கள். ஏன் இப்படி உயிரை வாங்குகிறீர்கள்?’

‘ஸாரி சார். இன்னும் ஓரிரண்டு நிமிடங்கள்தான்...’

‘கூப்பிடு கேப்டனை. கேப்டனைக் கூப்பிட்டேதான் ஆக வேண்டும்.’

'அவரைக் கூப்பிட்டால் இன்னும் தாமதமாகிவிடும்...' என்றாள். எப்படித்தான் எல்லாவற்றுக்கும் அவளால் புன்னகைக்க முடிகிறதோ? மாயம்தான்!

ஐந்து பெட்டிகளில் நான்கு அடையாளம் காட்டப்பட்டு விட்டன. மிஞ்சிப் போன அனாதைப் பெட்டி விமானத்தினுள் கொண்டு வரப்பட்டு அதைத் தூக்கிப் பிடித்துக்கொண்டு, 'இது யாருடையது? இது யாருடையது?' என்று கேட்டுக்கொண்டே நடந்தார் சிப்பந்தி.

பெட்டிக்கு உரியவர் ஜாலியாக சினிமாப் பத்திரிகைக்குள் ஒளிந்துகொண்டு, தன் புதிய மனைவியுடன் விஷமம் செய்து கொண்டிருந்திருக்கிறார். வெள்ளமாக அசடு வழிய ஸாரி சொல்லி, 'என்னுடையதுதான்... நான் அறிவிப்பைக் கவனிக்க வில்லை...'

'இந்த மாதிரி ஆசாமிகளை மிசாவில் உள்ளே தள்ளவேண்டும்' என்றார்.

ஒரு வழியாக விமானம் ஐதராபாத்தை விட்டுக் கிளம்பியது! அவர் தன் கைக்கடிகாரத்தைப் பார்த்துவிட்டு என்னைப் பார்த்து, 'சரியான மணி என்ன?' என்றார். 'எட்டு இருபது' என்றேன்.

'நான் அந்த விமானத்தைத் தவறவிடப்போகிறேன் நிச்சயம்.' என்றார்.

'எத்தனை மணிக்கு அது புறப்படுகிறது?'

'பத்தரைக்கு.'

'பத்து ஐந்துக்கு இது போய்ச் சேர்ந்துவிடும். இருபத்தைந்து நிமிடம் இருக்கிறதே!'

'கஸ்டம்ஸ், செக்யுரிட்டி கிளியரன்ஸ் எல்லாம் இருக்கிறதே!'

'கவலைப்படாதீர்கள். அந்த விமானமும் நம் விமானம்போல் தாமதமாகக் கிளம்பலாம்!'

'ஏர் இண்டியா இவ்வளவு மோசமில்லை!'

'எங்கே போகவேண்டும்!'

'மாஸ்கோ. அங்கே நாளை ஒரு கான்ஃபரன்ஸ். நான் சென்றே ஆகவேண்டும்.'

'பதட்டப்படாதீர்கள்!'

'என்ன முட்டாள் சிஸ்டம். நான் ஐரோப்பாவில் எவ்வளவோ விமானங்களில் போயிருக்கிறேன். இதைப் போல் மோசம் எதுவும் இல்லை' என்றார்.

'என்ன செய்வது! ஹைஜாக்கிங் பயம். அதற்குப்பின் மிகவும் எச்சரிக்கையாக இருக்கிறார்கள்.'

'சட்!'

விமானம் சம உயரத்துக்கு வந்ததும் எங்களுக்கு பிளாஸ்டிக் தட்டுகளில் சிக்கனமான உணவு தரப்பட்டது. அவர் ஹோஸ்டஸ்ஸிடம் டில்லிக்கு சரியாக எத்தனை மணிக்குப் போய்ச் சேரும் என்று கேப்டனிடம் கேட்டுவரச் சொன்னார். ரேடியோ மூலம் மாஸ்கோ செல்லும் பிரயாணி ஒருவர் இருப்பதை ஏர் இண்டியா வுக்குத் தகவல் சொல்லும்படிக் கூறினார்.

அவள் சந்தேகத்துடன் சென்றாள்.

'உதவாக்கரை! உதவாக்கரை! லுப்தான்ஸாவில் பெண்கள் எவ்வளவு துடியாக இருக்கிறார்கள் தெரியுமா? சாப்பிடக் கொடுத்திருக்கிறார்கள் பார்! என்ன எண்ணெயோ? இது என்ன ஸாலடா! ஒரே புளிப்பு... கொடுக்கிற காசுக்கு...

அப்போது அது நிகழ்ந்தது.

மிக மௌனமாக நிகழ்ந்தது.

திடீர் என்று அவர் சாப்பிடுவதை நிறுத்திவிட்டார். தன் டையை மூர்க்கத்தனமாகத் தளர்த்திக்கொண்டு சீட்டில் சாய்ந்தார்.

நான் முதலில் அதைச் சரியாகக் கவனிக்கவில்லை. சாப்பிட்டுக் கொண்டிருந்தேன். அருகே அவரிடமிருந்து சற்று அமானுஷ்ய மான சத்தம் வந்ததைத் தாமதமாகத்தான் கவனித்தேன்.

அவர் உடல் முழுவதும் வியர்த்திருந்தது. வா... வா... என்றார். நெற்றிப் புருவங்களும் முகத்தின் தசைகளும் வலிப் பின்னல்களாகப் பின்னி முகம் ரத்தம் இழந்திருந்தது. அவர் ஏதோ சொல்ல விரும்பினார். அவர் கை மார்பை அழுத்திக் கொண்டிருந்தது. மிகவும் பிரயத்தனத்துடன், கண்கள் யாரையும் பார்க்காமல், உதடுகள் 'மாத்திரை' என்று தீனமாகத் துடித்தன.

நான் அந்த மாதிரி அவசர நிலைக்குத் தயாரில்லாத ஆசாமி. அவர் எக்கச்சக்கமாக உட்கார்ந்திருந்தார். நான் ஹோஸ்டஸ்ஸைக் கூப்பிட்டேன். அவர் சட்டையைத் தளர்த்தினேன். கால் அடியில் இருந்த அவர் பெட்டியை எடுத்தேன். அவர் உடம்பு சில்லிட்டிருந்தது. மவுனமாக நிகழ்ந்தது அது. அருகே உள்ளவர்கள் இன்னும் சாப்பிட்டுக்கொண்டு இருந்தார்கள். அவ்வளவு வியர்வையும் அவ்வளவு வேதனையும் காட்டிய முகத்தை நான் அதுவரை பார்த்ததில்லை.

அவர் பெட்டி திறக்க மறுத்தது. ஹோஸ்டஸ் வந்து 'ஓ மை காட்!' என்றாள். 'இவருக்கு ஏதோ தீவிரமாக நிகழ்ந்திருக்கிறது. தண்ணீர் கொண்டு வாருங்கள்!' என்றேன். பெட்டியை அதிக பலத்துடன் பிளந்து திறந்தேன். அதன் தாள் வெடித்தது. பெட்டியிலிருந்து புத்தகங்களும் ஷேவிங் சாமான்களும் சீப்பும் கண்ணாடியும் துண்டுகளும் காகிதங்களும் சில்லறையும் சாவிக் கொத்தும் மாத்திரை சீசாவும் சிதறின...

நடுங்கும் கைகளுடன் மாத்திரை சீசாவைத் திறந்து, அந்தப் பெண் தண்ணீர் கொண்டு வர நான் அவர் வாயைத் திறந்து கொடுக்க வேண்டும். திறக்க வைத்து... ம்ஹூம் முடியவில்லை. கடை வாயில் நீர் வழிந்தது. என்ன சில்! உடம்பு...

ஹோஸ்டஸ் கலவரத்துடன் முன் சீட்காரர்களை விலகச் சொல்லி நாங்கள் வெளிப்பட்டு சீட்டுகளின் கைகளை மடக்கி அவரைப் படுக்க வைத்தோம்.

ஹோஸ்டஸ் ஓடிப்போய் விமானத்தின் மைக்கில் அறிவித்தாள்.

'கவனிக்கவும் கவனிக்கவும்... பிரயாணிகளில் யாரேனும் டாக்டர் இருந்தால் உடனே முன் பகுதிக்கு வரவும். முன் பகுதிக்கு...'

சலசலப்பு. நான் காற்றுக் குமிழை அமைத்து அவர் முகத்தில் குளிர்ந்த காற்று வீசச் செய்தேன்.

‘பட்டனைக் கழற்றிவிடுங்கள்.’

‘காற்று படவேண்டும்.’

‘காலை நீட்டிவிடு.’

‘செயற்கை சுவாசம் யாருக்காவது தெரியுமா?’

‘படுக்க வைக்காதீர்கள்.’

‘தலைக்குத் தலையணை வையுங்கள்.’

‘ஹார்ட் அட்டாக்! கில்லர்.’

‘டாக்டர் இல்லையா? இத்தனை பிரயாணிகளில் ஒரு டாக்டர் கூட இல்லையா?’

மறுபடி, ‘டாக்டர் டாக்டர் டாக்டர்!’ என்று ஒலி பெருக்கி கூப்பிட்டது.

அவர் முகம் சாந்தமாக இருந்தது. வாய் திறந்திருந்தது.

அவர் மார்பில் கை வைத்துப் பார்த்தேன். சில் என்றது. இதயத் துடிப்பைத் தேடினேன்.

யாருக்கு வைத்தியம் தெரியும்? என்ன செய்ய வேண்டும், இந்தக் குழப்பத்தில்?

டாக்டர் ஒருவரும் இல்லையா? இத்தனை பேரில் ஒரு டாக்டர் கூட இல்லையா?

யார் யாரோ நாடி பிடித்துப் பார்த்தார்கள். யார் யாரோ மார்பில் காது வைத்துப் பார்த்தார்கள்.

அந்த ஹோஸ்டஸ் கண்களில் கண்ணீர் தெரிந்தது.

டெல்லி விமான நிலையத்தில் நான் மெதுவாக இறங்கி உதிர்ந்த இலைபோல் நடக்கும்போது திரும்பிப் பார்த்தேன்.

ஒரு வெள்ளை ஆம்புலன்ஸ் விமானத்தின் அருகே சென்று கொண்டிருந்தது.

விமான நிலையத்தின் ஒலிபெருக்கி பல்லாயிரம் இடங்களில் கூப்பிட்டுக்கொண்டிருந்தது.

This is the last and final call for Dr Aravindan, passenger to Moscow in Air India Flight...

அவர்தான்! டாக்டர் அரவிந்தன் எம்.டி.எம்.ஆர்.ஸி.பி. (லண்டன்), எம்.ஆர்.ஸி.பி. (எடின்பரோ)... எத்தனை மருத்துவப் பட்டங்கள்.

9

எதிர் வீடு

பள்ளி நாட்களில் எங்கள் எதிர் வீடு ஒரு புதிர் வீடாக இருந்தது. அதன் சொந்தக்காரர் பெயர் பத்மநாப அய்யங்கார். அது பத்தணா அய்யங்கார் என மருவி ஆங்கிலப் படுத்தப்பட்டு டென் அணாஸ் என்று சில பேரால் அழைக்கப்பட்டாலும் அவர் எதிரில் அவரை யாருக்கும் அப்படி அழைக்க தைரியம் இருந்ததில்லை. அவரைக் கண்டால் எங்கள் எல்லோருக்கும் நடுக்கம்.

பெரிய உதடுகள், பெரிய மூக்கு, பெரிய பாதங்கள், முன் தாடி, நெற்றியின் புருவக் கோடுகளின் மத்தியிலிருந்து புறப்பட்டு முடிவில்லாமல் மேல் பிரயாணம் செய்யும் ஸ்ரீசூர்ணம். எப்பவும் ஒரு லேடிஸ் சைக்கிளில்தான் சவாரி செய்வார். அதன் காரணம் அந்தரங்கமாகச் சொல்லப்பட்டது. அவர் ரிடையரானவர். எதிலிருந்து ரிடையரானவர் என்பது பற்றி சர்ச்சை இருந்தது. பழைய சவுத் இண்டியன் ரெயில்வேயின் பொன்மலை வொர்க்ஷாப்பில் ஏதோ ஒரு கிளார்க்காக இருந்து ரிடையர் ஆனவர் என்று சொல்வார்கள். ரெயில்வே ஸ்தாபனத்தின் பல பல சாமான்களைத் திருடிச் சேகரித்துத் தன் வீட்டில் ஏறக்குறைய ஒரு குட்டி இன்ஜின் தயாரிக்கும் அளவுக்குக் கொண்டு வந்துவிட்டதால் ஒரு நாள் இங்கிலீஷ்கார போர்மனால் கழுத்தைப் பிடித்து வெளியே தள்ளப்பட்டார்; அதை நான்

பார்த்தேன் என்று ரங்கன் சொன்னான். ரங்கன் பொய் சொல்வான்.

ஆனால் அவர் வீட்டுக்குள் பலவித வினோதமான சாமான்கள் இருந்தது என்னமோ மெய். நாங்கள் அந்த வீட்டுக்குள் நுழைந்த தில்லை. கம்பிக்கிராதி போட்ட வீடு. வாயில்புரம் பெட்ரோ மாக்ஸ் விளக்கு தொங்குவதை ஒரு தடவை பந்து பொறுக்கச் சென்றபோது அருகில் பார்த்திருக்கிறேன். மேட் இன் சைனா என்ற பொறித்து ஜிலு ஜிலு என்று தொங்கிக்கொண்டிருந்த அந்த விளக்கு, உள்ளே இருக்கும் அலாவுதீன் மாளிகை அற்புதங் களுக்குக் கட்டியம் கூறியது. வீட்டுக்குள்ளே இருக்கும் வினோ தங்கள் பற்றிப் பற்பல வதந்திகள். அங்கே ஒரு டெலிவிஷன் பெட்டியை, மாடி ஏறிக்குதித்து எட்டிப் பார்த்ததாக வீரராகவன் சொன்னான். அந்த வீட்டின் அற்புதங்களுக்கு லேசான அறிமுகம் எங்களுக்கு நவராத்திரியின்போது கிடைக்கும். வாயிற்புறம் வந்து பளபளப்பான இங்கிலீஷ் ஆயுதங்களை வைத்துக் கொண்டு அய்யங்கார் ஒரு சிறிய பொம்மைத் தெப்பக்குளம் செய்வார். பக்கத்துவீட்டு சுதர்சனத்தின் வீட்டில் அந்தப் பொம்மை வைக்கப்பட்டிருக்கும். தண்ணீருக்குள் விளக்கு எரியும்... குட்டித் தெப்பம் மிதக்கும். அதனுள் இருக்கும் சிறு பேட்டரி தெரியும். ‘மேட் இன் யூ.எஸ்.ஏ’ என்ற எழுத்துக்கள் தெரியும்.

பத்மநாப அய்யங்காருக்கு ஒரு மனைவி, ஒரு பெண். பெண் பெயர் ஜம்பகா. பாவாடை சொக்காய் போட்டுக்கொண்டு சிவப்பாக, மூக்குக் கொஞ்சம் தூக்கலாக இருந்த அந்தப் பெண்ணின் நடு மார்பில் சொத்தேல் என்று நான் பந்தடித்து விட்டேன். நல்ல ஸ்கொயர் கட், அவள் மார்பில் போய் முடிந்தது. அவள் அப்படியே சொம்பைக் கீழே போட்டுவிட்டு, ‘அண்ணா’ என்று அலறிக்கொண்டு வீட்டுக்குள் ஓடியபோது, எங்கள் கிரிக்கெட் டீமே கலைந்து தெற்கு வாசலுக்கும் அடைய வளைஞ்சானுக்கும் சிதறி... நான் இருட்டினதும் மாறுவேடத்தில் ஒட்டன் சந்து வழியாக வீடு திரும்பியபோது பத்மநாப அய்யங்கார் என் பாட்டியிடம் வந்து சண்டை போட்டு உங்கள் பேரனைக் கண்டித்து வைக்குமாறு ஆணையிட்டுச் சென்ற செய்தி அறிந்துகொண்டேன். ‘ஏண்டா உனக்கு இப்படி ஊர்லே இருக்கிற வம்பெல்லாம்?’

நான்கு தினங்கள், அதிகாலையில் அவர் காவேரிக்குச் சென்றிருக்கும்போது பள்ளிக்குக் கிளம்பிச் சென்று, இரா

நாழிகை மூவேழு சென்றபின் வீடு திரும்பிக்கொண்டிருந்தேன். சம்பவம் மறந்திருக்கும் என்று உத்தேசித்த சில நாட்களில் தெருவில் மறுபடி ஓரமாக விளையாட ஆரம்பித்தோம். ஒரு தடவை சைக்கிளில் போய்க்கொண்டிருந்தவர் திடீர் என்று காலால் தேய்த்து நிறுத்தி, 'டேய் இங்கே வாடா' என்று என்னை மடக்கி, 'நீதானே அன்னிக்குப் பந்தடிச்சே' என்றார். என் ஓட்டத்துக்குத் தாக்குப் பிடித்து அவரால் சைக்கிளில்கூடத் துரத்த முடியவில்லை. நடுவே விடுமுறை தினங்கள் வந்ததாலும் அவர் அறுப்புக்கு கிராமத்துப் பக்கம் போய்விட்டதாலும் அந்தச் சம்பவம் தேய்ந்து மறைந்து போனது.

எனினும் கிரிக்கெட் பந்து அவர் வீட்டுக்குள் போனால் நாங்கள் ஒருவரும் கிட்டப் போக மாட்டோம். வேறு பந்து வாங்கிக் கொள்வோம். அந்த வீட்டின் அதிசயங்களைப் பற்றி வதந்திகள் நாளுக்கு நாள் அதிகரித்துக்கொண்டு வந்தன. 'ஒரு சின்ன மாடல் ரெயில் வண்டி வைத்திருக்கிறார். தண்டவாளம் எல்லாம் இருக்கும்... அந்த ரயில் போ என்று சொன்னால் புறப்படும். நில் என்று சொன்னால் நின்றுவிடும். வாய் வார்த்தை மட்டும் போதும்... பேட்டரி இல்லாமல் எரிகிற பல்பு வைத்திருக்கிறார்.'

அந்த சாதனங்கள் எல்லாம் எங்களுக்குத் தெரிந்த சிற்சில பௌதிக விதிகளைக்கூட மீறி ஒரு மாயாஜாலக் கனவுகளாக மாறின. அந்த வீட்டுக்குள் எப்படியாவது நுழைந்து பார்த்துவிட வேண்டும் என்ற ஆவல் என்னுள் அளவுக்கு மீறியது. பத்மநாப அய்யங்காரை நினைத்ததும் உடனே வடிந்தது. வீரராகவனும் நானும் ஒரு சனிக்கிழமை அவர் சட்டை போட்டுக்கொண்டு கோட்டைக்குச் சென்றிருக்கும்போது உள்ளே சன்னமாக நுழைந்து பார்த்துவிடலாம் என்று ஒரு சதித் திட்டம் போட்டோம். ஐம்பகா குழாயடிக்குப் போயிருக்கிறபோது, மாது பின்பக்கம் சென்றிருக்கும்போது... ரங்கன் தடுத்தான். 'எதுக்காகத் தெரியுமா? நீ இப்ப போறேன்னு வெச்சிக்கோ. வாசல் கதவைத் தாண்டினதும் தானே ஒரு மணி அடிச்சு கதவு மூடிண்டுடும். ரேழிக் கதவும் மூடிண்டுடும். அப்புறம் டென் அனாஸ் வரவரைக்கும் நீங்க ரெண்டு பேரும் அங்கேயே அடைஞ்சு கிடக்கணும். போறதுன்னா போய்ட்டு வாங்கப்பா!' ரங்கன் பொய் சொல்கிறான் என்று தெரிந்தாலும், அது பொய்யா என்று பரிசோதித்துப் பார்க்க எங்களுக்குத் தைரியம் வரவில்லை.

அந்த வீட்டுக்குள் நுழைய எனக்குத் தற்செயலாக சந்தர்ப்பம் கிடைத்தது. அது பற்றிச் சொல்கிறேன். அதற்கு முன் செல்லப்பா வைப் பற்றியும் என் தம்பி வாங்கிய ஓட்டை கிராமபோன் பற்றியும் சொல்லவேண்டும்.

செல்லப்பா பத்மநாப அய்யங்காருக்கு ஏதோ உறவு. மூன்றாவது டர்மில் அவன் அப்பாவுக்கு திடீர் என்று ஈரோடுக்கு மாற்றி விட்டதால் படிப்பைத் தொடர இங்கு வந்து சேர்ந்தான், எதிர் வீட்டில்! சேர்ந்த உடன் அன்று மாலையே எங்கள் கிரிக்கெட் டீமில் சேர வந்தான். எங்களுக்கு மிகவும் சந்தோஷம் ஏற்பட்டது. எங்கள் கிரிக்கெட் டீமின் விதிகள், சந்தா விவரங்கள் எல்லாம் சொன்னோம். செல்லப்பாவுக்கு நிஜ கிரிக்கெட் ஆடித்தான் பழக்கம். கவர்பால் ஆடினதில்லை என்றான். தானே கேப்டனாக இருக்க வேண்டும் என்றான்.

நான் என் காப்டன் பதவியைத் துறந்து கொடுத்தேன். காரணம் எதிர்வீடு. இதோ முழுசாக ஒரு சினேகிதன் அந்த அற்புத மாளிகைக்குள் தினம் நுழைந்து தினம் வெளிப்படுகிறான். அங்கேயே வசிக்கிறான். பத்மநாப அய்யங்காரை அம்மாஞ்சி என்று கூப்பிடுகிறான். ஜம்பகாவை விரட்டுகிறான். இவனல் லவோ தலைவன்!

மெதுவாக செல்லப்பாவை அந்த வீட்டின் ரகசியங்களைப் பற்றிக் கேட்க ஆரம்பித்தேன். 'நிறைய இருக்கு' என்றான். டெலி விஷன் பற்றிக் கேட்டேன். அவன் யோசித்து, 'நான் இன்னும் முழுக்கப் பார்க்கலை. பெரிசா ஒரு பெட்டி மூடி இருக்கு. அதுக்குள்ள இருக்கலாம்! ஆனா சினிமா இருக்கு... ரங்கராஜா டாக்கீஸ் மெஷின் தோத்துடும். ஜெர்மன் மிஷின்' என்றான். என் அங்கங்கள் சிலிர்த்துக்கொண்டன. செல்லப்பா ஒரு மோசமான கிரிக்கெட் விளையாட்டுக்காரனாக இருந்தாலும் அவனை முதலில் பேட்டிங் செய்ய அனுமதித்தேன். எல்.பி. டபிள்யூ எல்லாம் கேட்கவில்லை. ரன் அவுட் தரவில்லை. தத்தியாக பௌலிங் செய்தாலும் நிறைய ஓவர் அனுமதித்தேன். நிற்க.

என் தம்பிக்கு ஹிந்தி சினிமாப் பாட்டுக்கள் பிடிக்கும். திருச்சியில் கண்ணன் கம்பெனியில் இசைத் தட்டுக்கள் விற்பார்கள். சிங்காரத் தோப்பில் ஒரு கடையில் மாலை வேளைகளில் உறை இல்லாமல் கருப்புத் தகடுகள் இசைத்தட்டுக்கள் ஏராளத்துக்கு

அடுக்கி இருக்கும். நாங்கள் தீபாவளிக்குத் துணியெடுக்க ஆறுமுகத்துடன் திருச்சி சென்றிருந்தபோது அந்தக் கடையில் 'ஃபார் சேல்' என்று போட்டு ஒரு பழைய கிராமபோன் வைத்திருந்தது. பார்க்க சுமாராக இருந்தது. அதைப் பார்த்ததும் என் தம்பிக்குக் கண்கள் மலர்ந்தன.

'இதைப் போட்டுக் காமிய்யா' என்றான் கடைக்காரனிடம். அவன் அதற்கு ஜில்லென்று லாகவமாகச் சாவி கொடுத்து ஒரு இசைத்தட்டை வைத்து துருப்பிடிக்காத ஊசியை சவுண்ட் பாக்ஸில் வைத்துத் திருகி அதைச் சுற்ற வைத்து இசைத் தட்டின் ஆரம்பத்தில் அதைத் தொட்டான். 'ஹை மெரி துனியா!' என்று புறப்பட்ட கீச்சுக்குரல் என் தம்பிக்கு தேவகானமாக இருந்திருக்க வேண்டும். உடனே எனக்கு தீபாவளிக்குப் பட்டாசு வேண்டாம்; புதுத்துணிகூட வேண்டாம் என்று அடம்பிடித்து அந்த இடத்தை விட்டு நகர மறுத்தான். கிராமபோன்தான் வேண்டும் என்றான். பாட்டி திட்டுவாங்க என்று ஆறுமுகம் அவனிடம் எவ்வளவோ மன்றாடிப் பார்த்தான். கடைசியில் அந்தக் கடைக்காரனுடன் சரமாரியாக பேரம் பேசி பதினைந்து ரூபாய்க்கு அந்தப் பெட்டியை வாங்கினான். அதை இரண்டு கைகளாலும் அணைத்துக் கொண்டுவந்தான் என் தம்பி. திரும்ப வரும்போது பஸ் பூரா கிருஷ்ணாயில் வாசனை வந்தது. அந்த கிராமபோனி லிருந்துதான் என்று எனக்கு அப்போது தெரியவில்லை. வீட்டுக்கு வந்ததும் பாட்டி திட்டினாள்.

அடுத்த தினங்களில் என் தம்பி இசைத்தட்டு சேகரிப்பதில் முனைந்தான். என்.எஸ். கிருஷ்ணனின் 'ஆம்பிளைக்கீடோ', கே.பி. சுந்தராம்பாளின் 'பண்டித மோதிலால் நேருவைப் பறி கொடுத்தோமே...' போன்ற பழைய பாடல்கள்தான் கிட்டினவே ஒழிய சமீபத்திய ஹிந்திப் பாடல்கள் கிடைக்கவில்லை. யார் யாரையோ கேட்டுப் பார்த்தான். அம்மா மண்டபம் வரை இரவலுக்காக அலைந்தான்.

அந்தத் தினம் சரித்திரப் பிரசித்தமானது என் தம்பிக்கும் எனக்கும். என் தம்பிக்கு முகம்மத் ரபி, லதா மங்கேஷ்கர் இசைத்தட்டுக்கள் சில ஒரே ஒரு தினத்துக்காக இரவல் கிடைத்ததால். எனக்கு எதிர் வீட்டு அலாவுதீன் மாளிகைக்குள் முதல் பிரவேசம் கிடைத்ததால்.

புதிய இசைத் தட்டுக்கள் கிடைத்த சந்தோஷத்தில் என் தம்பி எங்கள் எல்லோரையும் மாடிக்குக் கூப்பிட்டு நடுவே ஸ்டூல்

போட்டு தன் கிராமபோனை வைத்து சுற்றி வர எங்களை உட்காரச் செய்து சாவி கொடுத்து ஆவலுடன் முதல் இசைத் தட்டை வைத்தான். சுறுசுறுப்பாக ஆரம்பித்த அந்தப் பாட்டு ஒரு நிமிஷத்தில் சோர்விழந்து - அந்த கிராமபோனுக்கு கவர்னர் எதுவும் வேலை செய்ததாகத் தெரியவில்லை - லதா மங்கேஷ்க ராக ஆரம்பித்த இசைத்தட்டு முகம்மது ரஃபியாக மாறி மரண ஊர்வலம் சென்று மூன்று நிமிஷங்களுக்கு முன்பே நின்று விட்டது. ரங்கன் 'நன்னால்லையே' என்றான். வீரராகவன் 'வாடா போகலாம்' என்றான். என் தம்பி சோகமாக அந்தப் பதினைந்து ரூபாய் கிராமபோனைப் பார்த்து அதைத் திருகிக் கொண்டிருந்தான்.

எல்லோரும் விலகியபின் நான், என் தம்பி, செல்லப்பா மட்டும் பாக்கி இருந்தோம். 'என்னடா கிராமபோன், இது ரொம்ப ஓட்டை போல இருக்கிறதே' என்றான் செல்லப்பா. 'வாங்கின போது நன்றாக இருந்தது' என்றான் என் தம்பி. 'எங்கள் வீட்டில் ஒரு கிராமபோன் இருக்கிறது. பிரமாதமாய்ப் பாடும்' என்றான் செல்லப்பா. 'என்ன பிரயோசனம். உங்க அம்மாஞ்சி கொடுக்க மாட்டாளே!' என்றேன்.

'அம்மாஞ்சி இல்லை. கோட்டைக்குத் துணியெடுக்கப் போயிருக்கார். ஜம்பகா இல்லை. மன்னி இல்லை. பாட்டி மட்டும் இருக்கிறாள்' என்றான் செல்லப்பா. என்னுள் ரத்த அழுத்தம் எகிறியது. அவனுடைய அடுத்த வாக்கியத்துக்காகக் காத்திருந்தேன். சற்று யோசித்தான். என்னைப் பார்த்தான். என் தம்பி, 'இந்த இரண்டு பிளேட்டை மட்டும் போட்டுக் கேட்டுடலாம்... பர்ஸாத் பாட்டு!' என்றான்.

'இரண்டு என்ன, அத்தனையும் போட்டுக் கேட்கலாம்... ஒரே ஒரு சிக்கல்! பாட்டிக்குக் கண் தெரியாது. ஆனால் காது கேட்கும்! ஒண்ணு செய்யலாம். நீ இங்கேயே இரு. ஒரு நிமிஷம், நீ வாடா!' என்றான்.

'எங்கே?' என்றேன்.

'எங்காத்துக்கு... ஒத்தரும் இல்லை. தைரியமா வா.'

'என் புளகாங்கிதத்தை, என் பயத்தை, என் கர்வத்தை, என் தயக்கத்தை, என்னுள் பரவின மின்சாரத்தை வர்ணிக்க முடியாது.'

மெதுவாக இருட்டிக்கொண்டிருந்தது. நான் செல்லப்பாவுடன் அந்த வீட்டில் நுழைந்ததை யாரும் கவனிக்கவில்லை.

வாசலில் கலர் கலராகக் கண்ணாடிக் குழல்கள் கோத்ததிலேயே 'வெல்கம்' என்ற வேலைப்பாடு இருந்தது. அது காற்றில் ஆடியபோது டிங் டிங் என்று சங்கீதம் செய்தது.

பிற்காலத்தில் ஸாலார்ஜங் மியூசியத்துக்குச் சென்றபோது எனக்கு ஏற்பட்ட உணர்ச்சி பழகிய உணர்ச்சியாக, ஏற்கெனவே உணர்ந்ததாக இருந்ததற்குக் காரணம் அதுதான்.

உள்ளே போனதுமே ஒருவித வாசனை. பாச்சை உருண்டை வாசனையா, மரவாசனையா, மண்வாசனையா, தவிடா, செண்ட்டா எது என்று சொல்ல முடியவில்லை. ஓரத்தில் ஒரு தையல் மிஷின். நீல உறை போட்டு மூடியது. ஃப்ரெஞ்சு தேசத்து ஆர்மோனியம் ஒன்று. ஆள் உயரக்கண்ணாடி. சீன தேசத்து சப்பை மூக்கு அழகிகளின் படம் ஒன்று, மரவேலைப்பாடுகள் அமைந்த நாற்காலி, கடிதம் எழுதத் தனி மேஜை, ரவிவர்மா படங்கள்... கிளி தொங்கும் ஊஞ்சல், மான் தோல் ஆசனங்கள்... சரசபரில்லா.

'யார்ரா அது?'

'நான்தான் பாட்டி செல்லம்.'

'கூட யாரு?'

அவன் உதடுகளில் விரல் வைத்து சைகை காட்டியவாறு, 'கூட ஒருத்தரும் இல்லையே' என்றான்.

'அவாள்ளாம் எப்ப வருவா?'

'எட்டு எட்டரை ஆகும்னா அம்மாஞ்சி.'

'வாசக் கதவைத் திறந்து வெச்சுட்டுப் போய்டாதே.'

'இல்லை பாட்டி.'

செல்லப்பா அந்த அதிசயங்களைக் கவனிக்காமல் நேராக ஒரு சிறிய அறைக்குச் சென்றான். உள்ளே நெல் மூட்டைகள் அடுக்கி இருந்தன. அலமாரியில் புத்தகங்கள் அடுக்கி இருந்தன. மர

பீரோவில் கண்ணாடி பதித்திருந்தது. கசகச என்று எத்தனை சாமான்கள்? இருட்டில் அடையாளம் தெரியவில்லை. புஸ் என்று ரவிக்கையும் ஒட்டியாணமும் ஆக மாமி அருகில் நிற்க அய்யங்கார் குடுமியை மறைத்து குல்லாய் போட்டுக்கொண்டு கெடிகாரச் சங்கிலியும் வெய்ஸ்ட் கோட்டும் பேண்டுமாக ரத்னா ஸ்டூடியோவில் எடுத்துக் கொண்ட படம்.

அதோ மெலிய கோக்கோ கலரில் கைக்கு அடக்கமாக கச்சிதமாக அந்த கிராமபோன் பெட்டி இருந்தது! செல்லப்பா அதை சப்தமிடாமல் எடுத்து அணைத்துக்கொண்டான். அறைக்கு வெளியே வந்தான். அடையாளத்தால் என்னைக் கதவைச் சாத்தச் சொன்னான்.

அந்த இருட்டில் மெலிதாகத் தெரிந்த வடிவங்கள் என் ஆர்வத்தைப் பூர்த்தி செய்யவில்லை. ஆ என்று அண்ணாந்து பார்த்திருக்க ‘வாடா!’ என்று ரகசியமாக அதட்டினான். நான் அவன் பின் சென்றேன்.

மாடிக்கு வந்து அவசர அவசரமாக அந்த கிராமபோன் பெட்டியைத் திறந்தோம். என் தம்பி குதிக்கவே ஆரம்பித்து விட்டான். பெட்டியின் மேல் மூடியில் சாவி ஒளிந்துகொண் டிருந்தது. பளபள என்று சாவி. எச்எம்வி விக்டரோலா என்கிற அருமையான செட். சாவி கொடுக்கும்போது பூவாய் இருந்தது. இதைத்தட்டு வைக்கும் தட்டில் புசுபுசுவென்று பச்சைக் கம்பளி. ஸ்பீட் குறைக்க, ஏற்ற எல்லாம் லீவர். சிறிய மஞ்சள் மூடிப் பெட்டியில் பளபள என்று ஊசிகள். வாசனை!

ஆசை தீரக் கேட்டோம்... அழகான கானங்கள்... அழகான வாத்தியப் பின்னணி. என் தம்பி சொக்கியே போனான். மரியாதையாகத் திருப்பிக் கொண்டுவைத்திருக்கலாம். விதி யாரை விட்டது?

‘ஃபுல்லா எல்லாத்துக்கும் சேர்த்தாப்பாலேகூட சாவி கொடுக் கலாம், ப்ளேட்டுக்கு ப்ளேட்டு கொடுக்கவேண்டாம்’ என்றான்.

நான் சாவி கொடுத்தேன்.

‘போறுண்டா’ என்றேன்.

‘இன்னும் குடுடா’ என்றான்.

இன்னும் கொடுத்துப் 'போறுண்டா' என்றேன்.

'பயப்படாதே டைட்டாக் குடு. சாவி ஜாஸ்தியானா தானா ஆட்டோமேட்டிக்கா கழண்டுக்கும்.'

நான் விண் என்று சாவி கொடுத்தேன்... உள்ளே ஏதோ வெடிக்கும் சப்தம் கேட்டது... இசைத்தட்டு அதன் பீடத்துடன் மஹாவிஷ்ணுவின் சக்கரம் போலச் சுழன்று காற்றின் மத்தியில் சுற்றிவிட்டு உருண்டது. கிராமபோனின் வயிற்றிலிருந்து பட்டை பட்டையாக இரும்புத் துண்டங்கள் தெரிந்து உருண்டு விழுந்து நின்றன.

அந்த இடத்தில் மயான அமைதி நிலவியது. செல்லப்பா பேசினான்: 'ஏண்டா இவ்வளவு டைட்டா சாவி கொடுத்தே!'

'அடப்பாவி! நீதானேடா சொன்னே!'

'அதுக்குன்னு இவ்வளவு டைட்டாவா கொடுப்பா? இப்ப என்னடா பண்றது? அம்மாஞ்சிக்கு என்னடா பதில் சொல்லப் போறேன்!'

அவன் அழ ஆரம்பித்தான். எனக்கும் அழுகை வந்தது. என் தம்பி, 'நான் தொடலைப்பா!' என்றான். என் மனக்கண்முன் பத்மநாப அய்யங்காரர் ராட்சச உருவெடுத்தார்.

செல்லம் கண்ணைத் துடைத்துக்கொண்டு கீழே இருந்த பல பகுதிகளைப் பொறுக்க ஆரம்பித்தான். 'பை இருக்கா' என்றான்.

'என்ன செய்யப் போறே?' என்றேன்.

'அவர் வரத்துக்குள்ளே ரிப்பேர் செய்ய முடியுமா பார்க்கலாம். பணம் நீதான் குடுக்கணும்!'

பணமா! அதை அப்புறம் யோசிக்கலாம். முதலில் ரிப்பேர்!

சைக்கிள் பின்னே கிராமபோனை மூடிக்கட்டி, பைக்குள் அதன் சுதந்தரம் அடைந்த பாகங்களைப் போட்டுக்கொண்டு வேக வேகமாக நாங்கள் மூவரும் தெற்கு வாசலை நோக்கிக் கிளம்பி னோம். மணி ஏழு! ஒன்றரை மணி நேரத்தில் அதைச் சரி செய்ய முடியுமா? கடவுளே! எத்தனை காசு கேட்பானோ! என் வயிற்றில் பயம் கவ்விக்கொண்டது.

‘இவ்விடம் காப்பிக் கொட்டை மெஷின், பெட்ரோமாக்ஸ், ஆர்மோனியம், கிராமபோன் முதலிய சகலவித சாமான்களும் சகாயமாக ரிப்பேர் செய்துதரப்படும்!’

நல்ல வேளை கிராமபோன்.

காதில் கண்ணாடிக் கயிற்றை மாட்டிக்கொண்டு அந்த ஆசாமி நாங்கள் பரப்பிய கிராமபோனையும் அதன் பாகங்களையும் விரிந்த கண்களால் பார்த்தான்!

ச்ச்ச்ச்ச்... என்று மொழிந்தான். மௌனமாகத் தலையை ஆட்ட அதனுடன் என் இதயம் ஆடியது.

‘பூராவே போய்டுச்சே!’

என்னைப் பார்த்துச் சிரித்தான்!

‘ஃபஷ்ட் கிளாஸ் பெட்டி! எச் எம் வி! மெயின் ஸ்பிரிங் போயிருக்கு! இத பார் துண்டு துண்டா.’

செல்லப்பா, ‘இதை ஏதும் பத்தவெக்க முடியாதா ஆசாரி?’ என்றான்.

‘இதையா!’ என்றான் ஏளனமாக.

‘உங்கிட்ட வேற ஸ்பிரிங் இருக்கா?’

‘எங்கிட்டயா?’ மறுபடி ஏளனம். ‘ஒரிஜினல் அமெரிக்கன் ஸ்பிரிங் பாரு. இதைப் போய் ஒடிச்சிருக்கியே!’

‘நான் இல்லை அவன்!’ என்றான் செல்லம். இப்ப என்னதான் செய்யறது?

‘டம்பரரியா என்கிட்ட பளய ஸ்பிரிங் ஒண்ணு இருக்கு. போடறேன். வேலை செஞ்சா செய்யும். இல்லைன்னா இல்லை. உன் லக்கு! காசு கொண்டு வந்திருக்கியா! வீட்டிலே பெரியவங்க யாரையும் அளைச்சுட்டு வரலையா?’

‘வந்திண்டிருக்காங்க. கோயிலுக்குப் போயிட்டு பின்னாலேயே வருவாங்க, நீ ரிப்பேரை ஆரம்பி!’

‘இப்பவேவா!’

'ஆமாம். இப்பவே முடிச்சுக் குடுத்துடு ஆசாரி!'

'எவ்வளவு வேலை தலைக்குமேல் கிடக்கு!' அவனிடம் ஒரு வேலையும் இருந்ததாகத் தெரியவில்லை.

ஒரு நிமிஷத்தில் என் வாழ்வில் நிகழ்ந்த அதிர்ச்சிகளைப் பார்த்தீர்களா! எனக்கு எதற்குப் பாட்டு? எதற்காக நான் சாவி கொடுத்தேன்? இப்போது பணத்துக்கு என்ன செய்யப் போகிறேன்! பத்துப் பதினைந்து ரூபாய் கேட்டால்? செல்லத்தைத் தனியாகக் கூப்பிட்டேன். 'டேய் எங்கிட்டப் பணம் கிடையாதுடா!'

'உங்க பாட்டிகிட்ட கேட்டு வாங்கிண்டு வா. ஏன் உடைச்சே?'

'எங்க பாட்டி இரண்டணாவுக்கு மேலே குடுக்க மாட்டாடா!'

'அழாதே, பணத்தைப் பற்றி அப்புறம் யோசிக்கலாம். முதல்ல அவர் வரதுக்குள்ளே பெட்டியைத் திரும்ப வெச்சுடணும்!' செல்லப்பா ஒரு க்ரைஸிஸ் ஆசாமி என்பது அப்போது தெரிந்தது.

ஆசாரி கிராமபோனைப் பொறுக்கிக்கொண்டு கடையின் பின்புறம் சென்றான். செல்லமும் நானும் ஒருவரை ஒருவர் பார்த்துக்கொண்டு கையைப் பிசைந்துகொண்டு நின்றோம்! என் தம்பி இசைத்தட்டுக்களைத் திருப்பிக் கொடுக்கச் சென்று விட்டான். அவனுக்கு இந்த விவகாரத்தில் சம்பந்தமே இல்லாததுபோல் நடந்துகொண்டான். கடைக்குள்ளே ரிப்பேர் சப்தம் கேட்டது. பெருமாளே! பெருமாளே! கிராமபோன் சரியாகிவிட வேண்டும்... சரியாகி விடவேண்டும்.

பெருமாள் என் பிரார்த்தனையைக் கேட்டுவிட்டார் போலும்!

'என்னடா செல்லம், இங்கே நின்னுட்டிருக்கே?' என்று குரல் கேட்டுத் திடுக்கிட்டேன்.

பத்மநாப அய்யங்கார்! கையில் ரிஸ்ட் வாட்ச்... பின்னால் மாட்டு வண்டியில் மனைவியும் ஜம்பகாவும் வர சனியன் காலாற நடந்து வந்துகொண்டிருக்கிறது...

'ஆத்தைத் திறந்து போட்டுட்டு வந்துட்டியா?'

‘இ இ... இல்லே அம்மாஞ்சி! பாட்டி இருக்கா...’

‘இங்கே தெற்கு வாசல்லே என்ன பண்ணிண்டிருக்கே... அதுவும் இந்தக் கடையிலே.. யோவ் ஆசாரி.’

‘யாரு?’ என்று வெளியே எட்டிப் பார்த்தவன், ‘அட, சாமிங்களா!’ என்றான்.

‘என்னய்யா பண்றே?’

‘ரிப்பேரு!’

‘என்ன ரிப்பேரு?’

‘கிராமபோன். ஃபஷ்ட் கிளாஸ் அமெரிக்கன் மாடல்!’

பத்மநாப அய்யங்காரின் ஸாலர்ஜங் மனப்பான்மை உசுப்பப் பட்டிருக்க வேண்டும். ‘ஒதுங்குடா! பார்க்கலாம்’ என்று கடைக்குள் நுழைந்துவிட்டார்.

செல்லப்பா அப்படியே கம்பமாக நின்றான். எனக்கும் ஓட தைரியம் வரவில்லை. நாக்கு ஒட்டிக்கொண்டு விட்டது. இடம் கொஞ்சம் எக்கச்சக்கமாக இருந்தது. கை கால் உதறல் எடுத்தது.

‘அட!’ என்றார் பத்மநாப அய்யங்கார். அதே மாதிரி மாடல் ஒண்ணு எங்கிட்டகூட இருக்குடா! என்ன ரிப்பேர் இதுலே? யார்து இது!’

‘இவாத்தது, அம்மாஞ்சி!’ என்றான் என்னைக்காட்டி. ‘மெயின் ஸ்பிரிங் ஒடிஞ்சிருக்கு...’ என்றான் ஆசாரி.

‘எங்கே பல்பு வெளிச்சத்துக்குக் கொண்டுவா பார்க்கலாம்...’

‘அடாடாடா! சுக்குச் சுக்காக உடைஞ்சிருக்கு... கோதை பேரன்தானேடா நீ. உங்காத்துதாடா இது... உங்காத்திலேயும் இந்த மாதிரி மாடல் இருக்குன்னு எனக்குத் தெரியவே தெரியாதே. அதான் ஒரு வாரமா கீச்சு கீச்சுன்னு கிராமபோன் சப்தம் வந்துட்டிருந்தது உங்காத்திலே. கேட்டேன்! ஆனா இந்த மாடல்னு தெரியாது. இதுக்குக்கூட ஒரு ஸ்பேர் மெயின் ஸ்பிரிங் என்கிட்ட இருக்கு... வேணும்னா...’

அவ்வளவுதான்... நான் மண்டி போடாத குறையாக, அழாத குறையாக, ‘மாமா இந்த கிராமபோன்...’ என்று ஆரம்பித்து சகலத்தையும் அவரிடம் ஒப்புக்கொண்டுவிட்டேன்...

என் வாழ்விலே ஒரு மிக மகத்தான ஆச்சரியம் அப்போது நிகழ்ந் தது.

பொறுமையாக நான் சொன்னதை முழுவதும் கேட்டுக் கொண் டிருந்துவிட்டு பத்மநாப அய்யங்கார், போனாப் போறது!’ என்றார்.

10

அஸ்திவாரம்

என் வீட்டுக்கு எதிரே ரொம்ப நாளாகக் காலியாகியிருந்த மனைக்கு வேளை வந்துவிட்டது. லாரி லாரியாகச் செங்கற்களும் சதுர சதுரப் பாறாங்கற்களும் வந்து இறங்கின. ஒரு தாற்காலிக ஷெட் அமைக்கப்பட்டு அதனுள் சிமெண்ட் மூட்டைகள் அடுக்கப்பட்டு தொத்தல் பூட்டால் பூட்டப்பட்டது. ஒரு மேஸ்திரி வந்தார். சில ஆட்கள் வந்தனர். அஸ்திவாரம் தோண்ட ஆரம்பித்துவிட்டார்கள்.

அந்த மனை யாருக்குச் சொந்தம் என்பதில் எனக்கும் (பிரசவத்துக்குப் போயிருக்கும்) என் மனைவிக்கும் கருத்து வேறுபாடு இருந்தது.

நான்: அது ஒரு ராணுவ ஆபீசருக்குச் சொந்தம் என்று யாரோ சொன்னார்கள்.

மனைவி: ஒரு பிரபல வக்கீல் ஒரு சினிமாக்காரியை 'வைத்துக்கொண்டு', கடைசிக் காலத்தில் இந்த மனையை அவளுக்கு எழுதி வைத்துவிட்டுப் போய்விட்டாராம். மகனும் அந்த மனைவியும் கேஸ் போட்டுவிட்டு, கோர்ட்டில் தீர்ப்பாகிற வரைக்கும் கட்டக்கூடாது என்று சொல்லி விட்டார்களாம். அதுதான் காலியாகவே நிற்கிறது.

கோர்ட்டில் 'கட்டலாம்' என்று சொல்லியிருக்க வேண்டும். அல்லது அந்த ராணுவ ஆபீசருக்குக்

கடனுதவி கிடைத்திருக்க வேண்டும். கட்ட ஆரம்பித்து விட்டார்கள்.

மாலை அது யாருக்குச் சொந்தம் என்கிற பிரச்னை தீர்ந்து விட்டது. நாங்கள் இருவருமே தப்பு. ஃபியட் காரில் ஓர் இளைஞன் வந்து இறங்கினான். பின் சீட்டில் இருந்த மீசைக் காரனும் இறங்க, இருவரும் என்னை நோக்கி வந்தார்கள். நான் வீட்டுக்குள் போய் அவசரமாகச் சட்டை அணிந்துகொண்டு வந்து அவர்களைச் சந்தித்தேன்.

'என் பெயர் சுமந்த்... இந்த ஆள் காண்ட்ராக்டர்' என்றான்.

'அப்படியா?' என்றேன்.

'வீடு கட்டப் போகிறோம். கொஞ்சம் தண்ணீர் வசதி வேண்டும். உங்கள் வீட்டில் எடுத்துக்கொள்ளலாமா? வாட்டர் சார்ஜஸ் கொடுத்து விடுகிறோம். அப்புறம் ராத்திரிக்கு ஒரே ஒரு பல்புக்கு மட்டும் கரண்ட் எடுத்துக்கொள்கிறோம். அதற்கு உண்டானதைக் கொடுத்து விடுகிறோம்...'

'எதிர்வீட்டைவிட பக்கத்து வீடு உங்களுக்கு சௌகரியமாக இருக்குமே?' என்றேன்.

'அவர்கள் மறுத்துவிட்டார்கள்.'

நான் மறுக்கமாட்டேன் என்பது என் நெற்றியில் எழுதி ஒட்டி யிருக்கிறதா? என் ஜாதகம்...

'இந்த மனை யாருடையது?'

'என் அப்பாவுடையது. சிமன்லால் என்று பெயர். எனாமல் ஒயர் தயாரிக்கும் தொழிற்சாலை வைத்திருக்கிறோம். சிமன்லால் கேபிள்ஸ் அண்ட் ஒயர்ஸ் என்று கேள்விப்பட்டிருப்பீர்களே...'

கேள்விப்பட்டதில்லை. 'தெரியும்' என்றேன். 'அந்த வீடு கட்டி முடிந்ததும் வாடகைக்கு விடப்போகிறீர்களா?'

'ஆம்.'

எனக்கு உற்சாகம் பிறந்தது. பல மாதங்களாக என் வீட்டுக்காரன் என்னைக் காலி பண்ணுமாறு கழுத்தை நெரித்துக் கொண் டிருக்கிறான்.

‘எனக்குக் கொடுப்பீர்களா?’

‘அப்பாவிடம் சொல்கிறேன், ஓ எஸ்.’

‘தண்ணீர்தானே வேண்டும்? எடுத்துக்கொள்ளுங்கள். கரண்ட் கூட. எது வேண்டுமானாலும் தயங்காமல் கேளுங்கள். என் வீட்டு ஷெட்டைக்கூட நீங்கள் சிமெண்ட் அடுக்கிக்கொள்ளப் பயன் படுத்திக்கொள்ளலாம். தற்போது காலியாகத்தான் இருக்கிறது.’

‘தாங்க்ஸ்’ என்றான்.

கேட்டிருந்தால் கவசகுண்டலங்களைக் கூடக் கழற்றிக் கொடுத் திருப்பேன்! அந்த குஜராத்தி இளைஞன் என்னைத் தனியே அழைத்து, ‘கொஞ்சம் கண்காணித்துக் கொள்ளுங்கள். காண்ட் ராக்டர் திருடன் சிமெண்டில் அதிகம் மணல் கலப்பான்’ என்றான். ‘வரட்டுமா!’

‘டீ சாப்பிட்டுவிட்டுப் போங்களேன்!’

‘வேண்டாம். வீடு கட்டி முடிந்ததும் நான் உங்களுக்கு பார்ட்டி தருகிறேன்’ என்று புறப்பட்டான்.

ஒரு வீடு உருவாவதில் அதிகம் கதையில்லை. அஸ்திவாரம் தோண்டினார்கள். கற்களை வைத்தார்கள். கான்க்ரீட் கம்பங் களை அமைத்தார்கள். மரச் சட்டம் வைத்தார்கள்... என்று ‘சட்சட்’ என்று சில வாக்கியங்களில் வீட்டைக் கட்டி முடித்து விடலாம்... இந்தக் கதை அப்படியல்ல! வீடு கட்டிய மனிதர்கள் சிலரைப் பற்றியது. அஸ்திவாரத்துக்கு நீள்சதுரக் குழிகளை வெட்டினபின் நடந்த சம்பவங்கள் பற்றியது. ஒரு நாடகம் போல் என் முன் அந்தச் சம்பவங்கள் நடந்தன. நான் அதில் பெரும் பாலும் ஒரு பார்வையாளனாகத்தான் இருந்தேன். கடைசியில் தான் கலந்துகொண்டேன். வேளை வரும்போது சொல்கிறேன்.

வீடு கட்ட வந்த கூலியாட்கள் ஆண்களும் பெண்களும் இருந்தார் கள். சேலத்துக்காரர்களா, வட ஆற்காடு ஜனங்களா என்று தீர்மானிக்க முடியவில்லை. ஆண்கள் கருப்பாக, தசைக்கட்டான உடல்களில் வியர்வை பளபளக்க மண் வெட்டினார்கள். அவர்களிடம் பெண்கள் தட்டுத் தட்டாக மண் வாங்கி அப்பால்

சென்றார்கள். ஆண்கள் பீடி பிடித்தார்கள். மொட்டை டிபன் பாக்ஸிலிருந்து சோறெடுத்துத் தின்றார்கள். பெண்களில் சிலர் ரவிக்கை அணியவில்லை. மரத்தடியில் தூளிகளில் குழந்தைகள் ஆடின. அவற்றுக்கு, சுற்று முற்றும் பார்த்துவிட்டு, பால் கொடுத் தார்கள். மேஸ்திரி ஒருவன் மேற்பார்வை பார்த்துப் பொதுவாக அவர்களை அதட்டிக் கொண்டிருந்தான். அவன் ஒரு பழைய மோட்டார் சைக்கிள் வைத்திருந்தான். கட்டம் போட்ட சட்டை போட்டு சிகரெட் பிடித்தான். தினக்கூலியைப் பகிர்ந்து கொண்டான். பெண்களில் சிலருடன் சிரித்துப் பேசினான். தொட்டுப் பேசினான்.

அந்தப் பெண்களில் ஒருத்தி குறிப்பிடும்படியாக இருந்தாள். இருபது வயதிருக்கலாம்! சாயங்காலம் தண்ணீருக்கு வந்தபோது அவளை அருகில் பார்த்தேன். நெற்றியில் பெரிசாகப் பொட்டும், நடையில் உல்லாசமும், காலில் கொலுசும், தூக்கிக் கட்டியிருந்த சேலையும்... அந்த இடத்துக் கதாநாயகி அவள்தான்! அவளை மேஸ்திரி சற்று அதிகமாகக் கவனித்தான். ஆண்களில் ஒருவன் அவளைக் காதலித்தான் என்பது தெளிவாகத் தெரிந்தது.

இந்தக் காதல் நம் ரகக் காதலில்லை! ஓர் உழைப்பாளியின், படிப்பில்லாதவனின் மென்மையான காதல். மண் வெட்டித் தட்டை நிரப்பி அவளிடம் கொடுக்கும்போது அவள் கையைத் தொடுவான். அவள் அவனிடம் பொய்க் கோபம் காட்டுவாள். அவன் அட்டகாசமாகச் சிரிப்பான். தெருவில் போகும் பஞ்சு மிட்டாயை வாங்கி, எல்லாருக்கும் அந்த ரோஜாப் பந்துகளைக் கொடுத்துவிட்டு அவளைப் பார்த்துக்கொண்டே தின்பான். சாயங்காலம் கூலி வாங்கிக்கொண்டு செல்லும்போது அவளரு கில் பேசிக்கொண்டே நடந்து செல்வான். மரத்தடியில் அவள் உட்கார்ந்திருக்க, மேஸ்திரிபோல் நடித்துக் காட்டி தலைகீழாகக் கொஞ்சம் நடந்து காட்டினான். அவளுக்குச் சிரிப்பு தாங்காமல் புரை ஏறிக்கொள்ள, தலையில் தட்டிவிட்டான்.

சிக்கலில்லாத எளிய காதல். வீடு கட்டி முடிந்ததும் அவன் அவளுக்குப் பரிசம் போட்டு நடந்து ஊர்வலம் போவான். அவள் ரிப்பன் வைத்துக்கொண்டு அழுந்த வாரிக்கொண்டு கதம்பம் சூடிக்கொண்டு அவனருகே நடந்து செல்வாள். அவ்வப்போது அபசுரத்துடன் நாயனம் வாசிப்பவர்கள்... அவர்கள் கல்யாணம் செய்துகொண்டுவிடுவார்கள் என்றுதான் எதிர்பார்த்தேன்.

அப்படி நடக்கவில்லை.

இந்தக் கூலி ஜனங்களின் கற்புக்குரிய கோட்பாடுகளும் நடத்தையும் எனக்குப் பிடிபடவில்லை.

நான் பார்த்தது பெரும்பாலும் சலனங்களே. குறிப்பாக மூன்று பேர். அவன்-அவள்-அந்த மேஸ்திரி. ஆம்! மேஸ்திரி அப்போது வருகிறான். அதற்குமுன் அவனுக்கும் அவளுக்கும் பெயர் வைப்பது அவசியமாகிறது. முருகன்-வள்ளி, சௌகரியமான பெயர்கள், முருகன், வள்ளி, மேஸ்திரி.

மூன்றாம் நாள் சாயங்காலம். நான் மேஸ்திரியைப் பார்த்தேன்.

'முதலாளி கேட்டாருங்க. உங்க ஷெட்லே சிமெண்டு மூட்டை அடுக்கிக்க, ஒரு மேஜை நாற்காலி போட்டுக்க கொஞ்சம் தொறந்து விடுவீங்களான்னு.'

'நாளைக்குத் தரேன்... வீடு எப்ப முடியும் மேஸ்திரி?'

'மூணு மாசத்திலே முடிச்சுடுவேனுங்க.'

'இன்னும் அஸ்திவாரம் கூடப் போடலை போல இருக்கே... வெறும் பள்ளம்தானே தோண்டி வெச்சிருக்கீங்க!'

'கல்லு பத்தலைங்க. இன்னும் நாலு நாளிலே போட்டுருவோம்.'

அப்போது வள்ளி தண்ணீர்க் குடத்துடன் வந்தாள். அவளை 'இங்கே வா' என்று கூப்பிட்டு தனியாகச் சற்று தூரம் அழைத்துக் கொண்டுபோய் பேசினான். தன் பையிலிருந்து ரூபாய் நோட்டு கள் எடுத்துக்கொடுத்தான். அதை அவள் மார்பில் செருகிக் கொண்டாள். முருகன் இதைப் பார்த்துக்கொண்டிருந்தான்.

அன்று சனிக்கிழமை, இரவு சாப்பிட்டுவிட்டு ஒரு தமிழ் சினிமா பார்த்துவிட்டுத் திரும்பினேன். இரவு ஒரு மணி இருக்கும். எதிர்மனையில் சிமெண்டு மூட்டைகள் அடுக்கப்பட்டிருந்த ஷெட்டினுள் நிழலாடியது. அந்த ஷெட்டுக்குள் இருந்த ஒற்றை பல்பு எரிந்துகொண்டிருந்தது. இந்த வேளையில் யார் வருவார்கள்? ஒருவேளை சிமெண்டு மூட்டை திருடுகிறார்களோ என்று அருகே சென்று பார்த்தேன். தகரத் கதவுகள், முக்கால் வாசியை மறைத்திருக்க, அதன் மேற்பகுதியின் திறப்பின் மூலம்

உள்ளே நடப்பது தெரிந்தது. ஓரத்தில் சிமெண்டு மூட்டைகள் அருகே ஒரு கயிற்றுக் கட்டில். அதில் மேஸ்திரியும் வள்ளியும் படுத்துக்கொண்டிருந்தார்கள். வள்ளியின் உடைகளை மேஸ்திரி... அவள் கூச்சத்தில் கண்களைக் கையால் மறைத்துக் கொண்டிருந்தாள்.

'விளக்கு இருக்குதே... விளக்கை அணைக்கமாட்டீங்களா?'

'ஸ்விட்சு எதிர் வீட்டிலே இருக்குது. இப்ப எவன் வரப் போறான்... அட! பாடியெல்லாம் போட்டிருக்காப்பலே! பட்டணம் வந்து எல்லாம் கத்துக்கினியா?'

'போங்க? கேலி பண்ணாதீங்க! பல்பைக் களட்டிடுங்களேன்...'

'பல்பு சுடும். இந்த பல்பு? சுடாது!'

எனக்கு அந்த இடத்தில் நிற்க அருவருப்பாக இருந்தது.

வீட்டை நோக்கி நடந்தேன்.

வள்ளியை நினைத்துக்கொண்டு காதல் செய்து, பஞ்சு மிட்டாய் வாங்கிக் கொடுத்து, தலைகீழாக நின்று, நடித்து, அன்பாகப் பேசும் முருகனின் மேல் பச்சாதாபம் ஏற்பட்டது. கவலை ஏற்பட்டது. இந்த விஷயம் முருகனுக்குத் தெரிந்துவிட்டால் என்ன செய்வான்? ஏன், இந்தப் பெண் இப்படி சுலபமாகப் பணத்தின் கவர்ச்சிக்கு இரையாகிறாள்?

வீட்டுக்கு வந்ததும் எதிர் மனைக்குக் கொடுக்கப்பட்டிருந்த மின்சார இணைப்பைப் பிடுங்கி எறிந்தேன். இருட்டிலிருந்து பார்த்துக்கொண்டிருக்க, தெரு விளக்கின் வெளிச்சத்தில் மேஸ்திரி வெளியே வருவதும், வேஷ்டியை இறுக்கிக் கட்டிக் கொள்வதும், சிகரெட் பற்ற வைப்பதும், சற்று நேரம் கழித்து வள்ளி வெளியே வருவதும், தலையை விரல்களால் கோதி வாரிக்கொள்வதும் தெரிந்தது. அந்த இரவின் அமைதியில் அவள் வளையல்கள் ஒலிப்பதும் அவர்கள் பேசுவதும் கூடத் துல்லியமாகக் கேட்டது.

'அப்ப நாளைக்கு வந்துரு...'

'இந்த இடம் வேண்டாங்க!'

'நாளைக்கு எதிர்த்த வீட்டிலே ஷெட்டிலே வெச்சுக்கலாம். சுகமாக மெத்தை போட்டு வைக்கிறேன்.'

பாவி! நான் ஷெட்டைக் கொடுக்கப் போவதில்லை. நாளைக்கே பூட்டுப் போட்டுவிடப் போகிறேன்.'

படுக்கையிலே வந்து படுத்த எனக்கு அந்தக் காட்சி உறுத்தியது. முருகனுடன் நானும் எதையோ இழந்ததுபோல் உணர்ந்தேன். அந்தப் பெண்ணை அறியாமையின் சின்னமாக, தூய்மையின் உருவமாக நினைத்துக்கொண்டிருந்த ஆரம்ப மதப்பின் விளைவு.

மேலும், மனைவி ஊரில் இல்லாதபோது ஓர் ஆணும் பெண்ணும் அப்படிப் பழகியதை அவ்வளவு அப்பட்டமாகப் பார்ப்பதும் உடம்புக்கும் மனசுக்கும் நல்லதல்லவே! புரண்டு புரண்டு படுத்தேன். அந்த இரவு அத்துடன் முடியவில்லை...

பின்னிரவில் சற்றுத் தூங்கியிருந்த நான் பேச்சு சப்தம் கேட்டு எழுந்து விட்டேன். எதிர்மனையில் பேச்சுக் குரல் கேட்டது. ஜன்னல் வழியாகப் பார்த்தேன். முருகனும் மேஸ்திரியும் சாலையிலிருந்து ஓரமாக நின்றுகொண்டிருந்தார்கள்.

'ஐயா... எனக்கு கெட்ட கோபம் வருமுங்க! அவளை விட்டுருங்க...'

'என்னடா என்னமோ வெலைக்கு வாங்கின மாதிரி பேசறே?'

'அந்தப் பொண்ணு விவரம் தெரியாத பொண்ணுங்க! தயவு செஞ்சு காசைக் காட்டிக் கெடுக்கறதை விட்டுருங்க.'

'என்னடா செய்துட்டேன்? என்னமோ பினாத்தறியே!'

'எல்லாத்தையும் பார்த்துட்டுத்தான் பேசறேங்க! சிமெண்டு ரூமுக்குள்ளேருந்து வெளியே வந்ததும் அவ தெருக்கோடிக்குப் போய் சைக்கிள் ரிக்ஷாவிலே ஏறிக்கிட்டா. என்னைப் பார்த்ததும் பேச மாட்டேன்னுடிச்சு... 'என்ன தங்கம் இப்படி செய்துட்டியே'ன்னு கேட்டதுக்கு. 'போடா போடா சோமாரி. கூலி வேலை செய்யற நீ என் கால் தூசுக்குக் கூடப் பொற மாட்டே'ன்னு சொல்லிட்டுது. நல்ல பொண்ணுங்க. கெடுத்திட்டீங்க!'

‘நல்ல பெண்ணா? சும்மா மத்தாப்பூ மாதிரி துள்ளி விளையாடுது... நீ...’

‘ஐயா!’ அவன் கோபம் அத்தனையும் அந்த ஐயாவில் அழுந்தியது. ‘இதுதான் கடைசித் தடவை மேஸ்திரி! இனி நீ அவளைத் தொட்டே அப்புறம் என்ன நடக்கும்னு நான் சொல்ல முடியாது...’

‘என்னடா செஞ்சுடுவே? நான் காசு தரேன். தன்னாலே வரா... நீ போய் அவளைத் திருத்து. ஆமாம்! நாளையிலேருந்து நீ கூலி வேலைக்கு வரவேண்டாம். ஏய்! என்ன தைரியமிருந்தா என் சட்டையைப் பிடிப்பே? வெட்டிப் போட்டுறுவேன்.’

‘ஏய் மேஸ்திரி! இன்னிக்கு ராத்திரிக்குள்ளே தீத்துடறேண்டா!’ மேஸ்திரி அவனிடமிருந்து பிடுங்கிக்கொண்டு பின்வாங்க, முருகன் அவனைத் துரத்தினான். மேஸ்திரி அந்த ஷெட்டில் இருட்டுக்குள் ஓடினான்... முருகன் அவனைத் தொடர்ந்தான். பல வித சாதனங்கள் உருளும் சப்தம் கேட்டது. மேஸ்திரி வெளிப்பட்டு அஸ்திவாரத்துக்கு வெட்டப்பட்ட பள்ளங்களைக் கடந்து ஓடினான். அப்புறம் அவர்கள் தென்படவில்லை. மௌனம்... இருட்டு.

சற்று நேரம் என்ன செய்வது என்று புரியாமல் ஸ்தம்பித்து நின்றேன். இருட்டில் என்ன நடக்கிறது என்று தெரியவில்லை. மண்மேடு மறைத்தது. சப்தமே இல்லை. தாண்டிப் பின் பக்கம் ஓடியிருப்பார்களோ?

அந்த அமானுஷ்ய மௌனத்தில் பொறாமை, மிருகத்தனம்... ஏன், மரணம்கூட இருந்ததா? என்ன செய்வது? போய்ப் பார்க்க சற்று அச்சமாக இருந்தது. இருந்தும் சும்மா இருக்கத் தோன்ற வில்லை. வீட்டை விட்டு வெளியே வந்து வாயில் கதவைத் தாளிட்டுவிட்டு அங்கே சென்றேன். அருகில் செல்லச் செல்ல என் நடை தயங்கியது. ஆள் நடமாட்டம் எதுவும் இல்லை.

‘மேஸ்திரி... மேஸ்திரி!’

சற்று தூரத்தில் ரெயில் சப்தம் கேட்டது. குழந்தை அழும் சப்தம் கேட்டது. காற்றில் பின்னிரவின் சில்லிப்பு வந்துவிட்டது. வானம் முழுவதும் நட்சத்திரங்கள் பூத்திருந்தன.

‘மேஸ்திரி! மேஸ்திரி!’

மண்மேட்டின் பின் நடமாட்டம் தெரிந்தது. மேஸ்திரி தென்பட்டான். அவனுக்கு மூச்சு இரைத்தது. கையில் கடப்பாரை வைத்திருந்தான். ‘யாரு?’ என்றான். அவன் குரலில் பயம் இருந்தது.

‘என்னய்யா கலாட்டா?’

‘யாரு ஐயாங்களா?’ கடப்பாரையைக் கீழே போட்டான்.

‘என்ன ஒரே சப்தம், தூங்க விடாம?’

‘ஒண்ணுமில்லீங்க... ஒரு கூலியாள் வந்து தகறார் பண்றான்....’

‘என்ன தகராறு?’

‘ஐயய்யோ! அதெல்லாம் உங்களுக்கு வேண்டாங்க. பொம்பளை விசயம். எங்களுக்குள்ளே ஏகப்பட்டது இருக்கும்...’

‘எங்கே அவன்?’

‘ஓடிப் போய்ட்டான். கடப்பாரையைக் காட்டினதும் ஒரே ஓட்டம். இனிமே இந்தப் பக்கம் தலை வெச்சுப் படுக்க மாட்டான். நீங்க போங்க... போய்ப் படுத்துக்குங்க. இனிமே சப்தம் வராது. மன்னிச்சுக்கங்க. உங்க தூக்கத்தைக் கெடுத்துட்டேன். குடியிலே இருந்தான்... ஓடியே பூட்டான்... இனிமே வரமாட்டான். நீங்க போய்ப் படுத்துக்குங்க... காலையிலே விவரமாகச் சொல்றேன்.’ மேஸ்திரியின் கை விரல்கள் நடுங்கிக்கொண்டிருந்தன. சிகரெட்டை ‘புஸ் புஸ்’ என்று ஊதிப் பாழாக்கிக்கொண்டிருந்தான்.

நான் திரும்ப வீட்டுக்கு வந்து கதவைச் சாத்தும்வரை அங்கேயே நின்றுகொண்டிருந்தான். கதவை மூடியதும் சன்னல் வழியாகப் பார்த்தேன். மேஸ்திரி மண்மேட்டைக் கடந்து இருட்டில் மறைந்தான். அந்த இருட்டில் என்ன நடந்தது, என்ன நடக்கிறது என்று தெரியவில்லை. சற்று நேரம் நின்றுவிட்டுத் திரும்பப் படுத்தேன்.

காலையில் எழுந்திருக்க நேரமாகிவிட்டது. எழுந்ததும் எதிரே பார்த்தேன். மிகவும் மும்முரமாக வேலை நடந்துகொண்டு இருந்தது. ஆண்களும், பெண்களும், கான்க்ரீட் கலக்கும்

இயந்திரமும் சுறுசுறுப்பாகச் செயல்பட, அஸ்திவாரம் போட ஆரம்பித்து விட்டார்கள். எனக்கு 'சரேல்' என்று மேஸ்திரி சொன்னது ஞாபகத்துக்கு வந்தது.

'இன்னும் நாலு நாளையிலே போட்டுருவோம்!' ஏன் இந்த அவசரம்? மேஸ்திரி குளித்துவிட்டுச் சுத்தமாக இருந்தான்.

'மளமளன்னு ஆவட்டும்...' என்று அதட்டிக்கொண்டிருந்தான். வள்ளி ஜல்லி கொட்டிக்கொண்டிருந்தாள். அவள் சேலை புதிதாக இருந்தது. முருகன்?

முருகனைக் காணவில்லை. அந்தக் கூட்டத்தில் அவன் நிச்சயமாக இல்லை...

★

இன்ஸ்பெக்டர், என்னை நேராகப் பார்த்தார். 'என்ன விஷயம் சொல்லுங்க' என்றார்.

எப்படி ஆரம்பிப்பது? எப்படிச் சொல்வது? நான் இரண்டு நாட்களாக நினைத்து நினைத்துப் பார்த்து, முருகன் வருவானா என்று ஏங்கி, அவன் வராமல் அந்த சாத்தியம், சந்தேகம் என் மனத்தின் வித்திலிருந்து விரிவாகிப் பெரிதாகி பிரும்மாண்டமாகி என் நினைவுகள் அனைத்தையும் ஆக்கிரமித்துக்கொண்டு, அதைச் சொல்லவேண்டிய கட்டாயம் ஏற்பட்டு... சொல்லி விட்டேன்.

'ஒரு ஆள், ஒரு ஆளைக் கொன்னிருக்கான்னு நான் நினைக் கிறேன் சார்...'

அவர் நிமிர்ந்தார். 'அப்படியா? உக்காருங்க முதல்லே. நீங்க யாருன்னு சொல்லுங்க. அந்த நோட்டை...'

'என் பேர் பூமிநாதன். ஒரு பிரைவேட் கம்பெனியில்...' என்னைப் பற்றிச் சொன்னேன். 'எங்க வீட்டுக்கு எதிர்த்தாப் போலே புதிதாக வீடு கட்டிக்கிட்டிருக்காங்க. அங்கே ஒரு மேஸ்திரி, ஒரு கூலிக்காரப் பொண்ணு, ஒரு வாலிபன்...' நடந்ததை முழுவதும் சொன்னேன்.

இன்ஸ்பெக்டர் சற்று நேரம் சும்மா இருந்தார். பெருமூச்சு விட்டார். 'கொன்னுட்டான்னு எப்படிச் சொல்றீங்க? நீங்க அப்படி ஏதும் பார்த்ததாகத் தெரியலியே...'

'ரெண்டு பேரும் சண்டை பிடித்துக்கொண்டு மண்மேட்டுக்குப் பின்னாலே ஓடினாங்க. அப்புறம் மேஸ்திரி மட்டும் தனியா வர்றான், கைல கடப்பாரை!'

'இவன் கடப்பாரையைத் தூக்கியிருந்தா அவன் மம்முட்டியைத் தூக்கியிருப்பான்! இந்தப் பொம்பளைத் தகறார் ரொம்ப சகஜங்க... 'ஓ'ன்னு அல்லது 'ஐயோ'ன்னு ஏதாவது சத்தங் கேட்டுதா?'

'கேக்கலிங்க...'

'மனைக்குப் பின்பக்கம் வழி இருக்குங்களா?'

'இருக்கலாம், சரியாகக் கவனிச்சதில்லை.'

'அந்த வழியா அவன் ஓடியிருக்கலாம். இல்லீங்களா?'

'அந்தச் சண்டையின் தீவிரத்தைப் பார்த்தா, முருகன் துரத்திக் கிட்டுத்தான் போனானே தவிர ஓடறவனாகத் தெரியலை!'

'அவன் பேர் முருகனா?'

'இல்லை, அவன் பேர் தெரியாது. நானா பேர் வெச்சுக் கிட்டேன்...'

அவர் என்னை ஒரு மாதிரியாகப் பார்த்தார். 'பின் பக்கமா ஓடியிருப்பான்...'

'அது மட்டும் இல்லிங்க... முதல் நாள் மேஸ்திரி என்கிட்ட பேசிக் கிட்டிருந்தபோது அஸ்திவாரம் போட நாலு நாள் ஆகும்னு சொன்னான். இது நடந்த மறுநாள் காலையிலேயே அஸ்திவாரம் போட ஆரம்பிச்சுட்டான். அவசர அவசரமாக...'

'நீங்க என்ன சொல்றீங்க? சுத்தி வளைக்காதீங்க?'

'மேஸ்திரி அவனை அந்த மண்மேட்டுக்குப் பின்னாலே மண்டையிலே அடிச்சுக் கொன்னுட்டு, உடனே பாடியை உள்ளே

போட்டு மண்ணைப் போட்டு மறைச்சிருக்கான். காலையிலே அஸ்திவாரம் கட்ட ஆரம்பிச்சுட்டானுங்க...'

இன்ஸ்பெக்டர் சிரித்தார். 'அஸ்திவாரம் போடறதை நீங்க கவனமாப் பார்த்தில்லைன்னு தோணுது... குழிக்குள்ளே இறங்கி கல்லு கல்லா வைப்பாங்க. பாடியை உள்ளே போட்டு மண்ணைப் போட்டு மறைச்சிருந்தா, நிச்சயம் அஸ்திவாரம் கல்லு வெக்கிறபோது தட்டுப்பட்டிருக்கும்!'

'புதைச்சிருந்தா?'

'ஒண்டி ஆளு அஸ்திவாரக் குழியிலே இறங்கி அங்கே மறுபடி பள்ளம் தோண்டி முழு உடலைப் புதைச்சிருக்கான்னு சொல்றீங்களா?'

'அப்படித்தான் தோணுது.'

'பள்ளம் எவ்வளவு நெருக்கமா இருக்கும்? அதிலே ஒரு ஆளா இறங்கித் தோண்டி மண்ணை அப்புறப்படுத்தி, ஆழக் குழி பண்ணி அதிலே பிணத்தைப் போட்டு மூடிப்பிட்டு, அதுக்கு மேலே அஸ்திவாரம் கட்டிட்டாங்கறீங்க?'

'ஆமாம்' என்றேன் தயக்கத்துடன்.

'ரொம்ப அசாத்தியம்! இப்ப என்னை என்ன செய்யச் சொல்றீங்க? அஸ்திவாரத்தை இடிச்சுத் தோண்டச் சொல்றீங்களா?'

நான் சற்று ஆச்சரியப்பட்டு, 'நீங்க முதல்லே இதை விசாரிக் கலாம் இல்லிங்களா?' என்றேன்.

'அப்ப உங்க கைப்பட விவரமா ஒரு கம்ப்ளெய்ண்ட் எழுதிக் கொடுக்கறீங்களா?'

'நான் எதுக்கு எழுதிக் கொடுக்கணும். சொன்னேனே போதாதா?'

'ஜகா வாங்கறீங்க பாத்திங்களா? கேஸ் ரிஜிஸ்டர் பண்ணறதுக்கு எங்களுக்கு ஏதாவது ஆதாரம் வேண்டாங்களா?'

'நீங்க முதல்லே வந்து அந்த மேஸ்திரியை விசாரிக்கலாமே?'

'என்ன விசாரிக்கிறது? ஏய்யா மேஸ்திரி, நீ ஒரு கூலிக்காரனைக் கொன்னுட்டியாமே... எதுத்த வீட்டுக்காரர் சொன்னாரே! அப்படின்னா?'

‘நீங்க பேசறது அர்த்தமில்லாம இருக்கு... போலீஸ்காரங்க இவ்வளவு சிறுபிள்ளைத்தனமா விசாரிக்க மாட்டாங்கன்னு நினைக்கிறேன்!’

‘அடப் போய்யா! எதையோ தூக்கக் கலக்கத்திலே பார்த்துட்டு என்னவோ கற்பனை பண்ணிக்கிட்டு... ஸ்டேட்மெண்ட்டும் எழுதிக் கொடுக்க மாட்டீங்க... உங்க வார்த்தையை வெச்சுக் கிட்டு நான் வந்து விசாரிக்கணும்.’

‘நீங்க மர்டரை இவ்வளவு எளிதா எடுத்துப்பீங்கன்னு நான் எதிர் பார்க்கலை... நான் வரேன்’ என்று கோபத்துடன் வெளி யேறினேன்.

‘கொஞ்சம் இருங்க, நானும் வரேன். நீங்க சொன்னதுக்காக நான் வந்து அந்த மேஸ்திரியை விசாரிச்சு ஆகணும்! அப்புறம் எங்கேயாவது மேலதிகாரிக்குப் போன் பண்ணிடப் போறீங்க... என்னைக் காச்சிடுவாங்க. நான் ஏதோ ஒரு சாதாரண இன்ஸ்பெக்டர், கூப்பிட்ட குரலுக்கு வரணும். ஜீப்பிலே வரீங்களா?’

‘வேண்டாம். ஜீப்பிலே நானும் வந்தா கம்ப்ளெய்ண்ட் பண்ணினது நான்தான்னு அவனுக்குத் தெரிஞ்சுடும்?’

‘பயப்படாதீங்க. வாங்க, உங்களை வேணா மூலையிலே எறக்கி விட்டுடறோம். ஆளைக் காட்டுங்க போதும்!’

எனக்கு வெட்கமாக இருந்தது. உள்ளூர மேஸ்திரியிடம் நான் பயப்படுகிறேன்...

தெருக்கோடிக்கு வந்ததும் இன்ஸ்பெக்டர் என்னை ஜீப்பி லிருந்து இறக்கிவிட்டார். நீங்க போய் மேஸ்திரிகிட்ட சாதாரணமாய் பேச்சுக் கொடுத்துக்கிட்டு இருங்க. நாங்க கொஞ்ச நேரத்திலே வர்றோம். உங்களையும் விசாரிக் கிறாப்பலே விசாரிக்கிறோம்.’

மெதுவாக நடந்தேன். மேஸ்திரி மேஜை நாற்காலி அருகில் உட்கார்ந்துகொண்டு தினக்கூலியைப் பட்டுவாடா செய்து கொண்டிருந்தான்.

‘என்ன மேஸ்திரி!’

‘‘வாங்க ஐயா... ஷெட்டை மறுபடி பூட்டிக்கிட்டீங்க போலிருக்கே? கொஞ்சம் தொறந்து கொடுத்தீங்கன்னா ராத்திரி படுக்க சௌகரியமா இருக்கும்.’

வள்ளி முகத்தை அலம்பிக்கொண்டு ஈரத்துடன் வந்தாள். சோப்புக்கட்டியை மேஜைமேல் வைத்தாள். மற்றவர்கள் கிளம்ப அவள் மட்டும் ஓரத்தில் போய் நின்றுகொண்டாள்.

‘அஸ்திவாரம் போட்டு முடிச்சுட்டீங்க போலிருக்குது...’

‘கல்லுக்காகக் காத்துக் காத்துப் பார்த்தோங்க... இருக்கிற கல்லை வெச்சுக்கிட்டு ஆரம்பிச்சுட்டம். மனை நாள் வந்துடும் பாருங்க...’

ஜீப் வந்தது. போலீஸ் உடையைப் பார்த்ததும் மேஸ்திரியின் முகம் கறுத்தது. கண்களில் பீதி தெரிந்தது.

‘யோவ்! யார்யா இங்கே மேஸ்திரி...?’

‘ஐயா!’ என்று ஓடினான்.

இன்ஸ்பெக்டர் அவனை நிதானமாகப் பார்த்தார். ‘சமீபத்திலே கூலி ஆள் ஒருத்தன் வர்றதை நிறுத்திட்டானா?’

அவன் யோசிக்க, கேள்வியை மறுபடி கேட்டார்.

‘கூலி ஆளுங்க. தினம் வருவாங்க, போவாங்க, தினம் மாறு வாங்க... ஐயா, நீங்க யாரைச் சொல்றீங்க?’

‘அந்தப் பொண்ணுகூட ஒருத்தன் தினம் சிரிச்சுப் பேசிக்கிட்டு இருப்பானே, அவனைக் கொஞ்ச நாளாய் காணலியே? அவனைச் சொல்றாப் போல இருக்குது’ என்றேன் நான்.

‘இங்க வாம்மா!’ என்றார் இன்ஸ்பெக்டர்.

அவள் பயமில்லாமல் அசைந்து நடந்து வந்தாள். ‘என்னங்க?’ என்றாள்.

‘அந்த ஆளு எங்கே?’

‘நீங்க எந்த ஆளைச் சொல்றீங்க?’ என்றான் மேஸ்திரி.

‘நீ சும்மா இருய்யா...’ என்று அவனை அதட்டினார்.

‘அண்ணே, அவுங்க தங்கராசுவைச் சொல்றாங்க’ என்றாள் வள்ளி.

‘தங்கராசுவா! அவன் உன்கிட்ட பழகிக்கிட்டிருந்தானா?’

‘அப்படி ஒண்ணும் இல்லிங்க... எப்பனாச்சியும் தமாஷ் பண்ணு வாரு. அவ்வளவுதான்.’

‘எந்த தங்கராசு?’ என்றான் மேஸ்திரி.

‘அதாங்க! கருத்த ஆளு. சுருள் கிராப்பு வெச்சுக்கிட்டு சினிமாப் பாட்டு பாடுவானே...’ என்றாள் அவள்.

‘ஜெயராமன்கூட இப்ப வரதில்லை. அப்புறம் முனுசாமின்னு ஒரு பையன்... அவனும் நின்னுட்டான். அப்புறம் சாமிக்கண்ணு, பிச்சையப்பன்...’

‘தங்கராசுவைப் பத்திச் சொல்லு?’

‘அவன் வேலையை விட்டுட்டுப் போய்ட்டாங்க. கிராமத்திலே அறுப்புக்குப் போய்டறேன்னு சொன்னான்.’

‘எப்ப?’

‘ஒரு மூணு நாள் இருக்கும்!’

‘எந்த ஊர்க்காரன்?’

‘தெரியாதுங்க. ஒண்டியாளாத்தான் வந்தான். கூலியை வாங்கிக் கிட்டுப் போய்ட்டான். ஏன்? ஏதாவது திருடிட்டாங்களா?’

‘ஏம்மா? உனக்கு ஏதாவது தெரியுமா?’

‘தெரியாதுங்க! வேலை செய்யறபோது பார்த்திருக்கேன்... கொஞ்சம் பேசினதுண்டுங்க. அவன் யாரு, எந்த ஊரு எல்லாம் தெரியாதுங்க’ என்றாள் அவள்.

இன்ஸ்பெக்டர் குச்சியைத் தொடையில் தட்டிக்கொண்டு அந்த இடத்தைப் பார்வையிட்டார். நான் அவருடன் நடந்தேன். மேஸ்திரியும் வள்ளியும் தூரத்தில் இருந்த எங்களை மரியாதை யுடன் பார்த்துக்கொண்டிருந்தார்கள். அஸ்திவாரம் எழுப்பப் பட்டு கான்கிரீட் கம்பங்கள் சாக்கு போர்த்தப்பட்டு நனைந் திருந்தன.

‘நத்திங்! நத்திங் அட் ஆல்’ என்றார்.

‘அவன் பொய் சொல்றான்’ என்றேன், மெல்லிய குரலில்.

‘பார்க்கலாம்’ என்றார். ‘மேஸ்திரி இங்கே வாய்யா’ என்றார். அவன் ஓடி வந்தான்.

‘மூணு நாளைக்கு முன்னால இந்த இடத்திலே ராத்திரி உனக்கும் ஒரு கூலி ஆளுக்கும் சண்டை நடந்துச்சா?’

மேஸ்திரி என்னைப் பார்த்தான்.

‘ஐயா சொன்னாருங்களா?’

‘யாரோ சொன்னாங்க! சண்டை நடந்துச்சா?’

‘நடந்ததுங்க’ என்றான் சாவதானமாக.

‘யாரோட சண்டை போட்டே?’

‘ஒரு கூலிக்காரன் கூடங்க.’

‘அவன்தான் இப்ப எங்கேன்னு கேக்கறம்.’

‘இருக்கானுங்களே! பளனி! அவன்தான் குடிச்சுட்டு வந்து தன் பெண்டாட்டியைப் பத்தி கன்னாபின்னான்னு பேசினான். விரட்டி அனுப்பினேன். ஐயா கூடப் பார்த்துக்கிட்டு இருந்தாங் களே? அவளை நான் வச்சிக்கிட்டிருக்கேன்னு சத்தம் போட்டான். கடப்பாரையைக் காட்டி விரட்டி விட்டேன். ஐயா தூக்கம் கலைஞ்சு எளுந்து வந்தாங்க. தங்கம், நான் உன்கிட்ட கூடச் சொல்லலை?’

‘எங்கய்யா அந்தப் பழனி?’

‘வீட்டுக்குப் போயிட்டானுங்க. நாளைக்குப் பொளுதோட வந்துருவான்.’

‘வீடு எங்கே?’

‘தெரியாதுங்க.’

இன்ஸ்பெக்டர் யோசித்தார். ‘நாளைக்கு அவனை ஸ்டேஷ னுக்கு வரச் சொல்லு.’

‘சொல்றேன்!’

‘ஹி இஸ் லையிங் இன்ஸ்பெக்டர்’ என்றேன் தாங்க முடியாமல்.

‘நீ போய்யா... அவ்வளவுதான். உம் பேரு என்னம்மா?’

‘தங்கம்’ என்றாள் வள்ளி. புன்னகை செய்தாள். வள்ளியின் சிவப்பு ரவிக்கை மெல்லிசாக இருந்தது.

‘இந்தப் பொண்ணையும் நாளைக்கு ஸ்டேஷனுக்கு அனுப்பு. விசாரிக்கணும்.’

‘வரேங்க...’ என்றாள்.

‘வேஸ்ட் ஆப் டைம்’ என்று முனகிக்கொண்டு இன்ஸ்பெக்டர் ஜீப்பில் ஏறிக்கொள்ள ஜீப் புறப்பட்டது. மேஸ்திரி என்னையே பார்த்துக்கொண்டிருந்தான்.

இரவு இதை யோசித்துக்கொண்டிருந்தேன். இன்ஸ்பெக்டரின் மேம்போக்குத்தனம் எனக்கு வினோதமாக இருந்தது. முருகன் யார்? தங்கராசு, ஜெயராமன், முனுசாமி, சாமிக்கண்ணு, பிச்சையப்பன், பழனி? எவ்வளவு பெயர்களைக் கொடுத்துக் குழப்பிவிட்டான்... அடையாளத்தை மறைத்துவிட்டான்! நிஜமாகவே என் ‘முருகன்’ கொல்லப்பட்டானா?

இன்ஸ்பெக்டர் சொல்வதுபோல் தனி ஆளாக மேஸ்திரி குறுகிய பள்ளத்தில் இன்னும் பள்ளம் தோண்டிப் புதைத்திருக்க முடியுமா? அது சாத்தியம் இல்லை என்று எனக்குத் தோன்றியது. சாத்தியமாகி இருந்தால்? முருகன் பத்திரமாக பூமியில் எட்டடி கீழே புதைந்திருக்க, அவன்மேல் கருங்கல் அஸ்திவாரம் எழுப்பப்பட்டுவிட்டது. அசைக்க முடியாத கலைக்க முடியாத அடக்கம்...’

‘ம்ஹூம்... அப்படி நடந்திருக்காது. பின் எப்படி?’ யோசித்துப் பார்த்தேன். குழப்பம் அதிகமாகியது. தூங்கிப் போனேன். மேம்போக்கான தூக்கம். ‘வாங்கய்யா...வாங்கய்யா’ என்று முருகன் கூப்பிட்டான். வள்ளி உடம்பின் பல பாகங்களிலிருந்தும் ரூபாய் நோட்டுக்களை எடுத்தாள். மேஸ்திரி கடப்பாரையை அலம்பிக்கொண்டிருந்தான். ‘சனியன் ரத்தக்கறை போக மாட்டேங்குது...’

திடுக்கிட்டு எழுந்தேன். சிந்தனை பளிச்சென்றிருந்தது. அந்தக் காட்சி என் மனத்தில் மறுபடி நடந்தது. முரட்டுச் சண்டையில் மேஸ்திரி, முருகனைக் கடப்பாரையால் மண்டையில் அடித்து விட, அந்தக் கணத்தில் வாய் திறந்து கத்தக்கூட சமயம் இல்லாது அவன் இறந்திருக்க... சவத்தைக் குறுகிய காலத்தில் மறைக்க மேஸ்திரி என்ன செய்வான்?

ஏற்கெனவே வெட்டப்பட்ட அஸ்திவாரப் பள்ளங்களில் ஒன்றில் உடலைத் தள்ளிவிட்டு மண்ணைச் சரித்து மூடியிருப்பான். குறுகிய காலத்தில் ஒரு ஆளால் அது மட்டும்தான் சாத்தியம்? அப்படி என்றால்?

அஸ்திவாரத்துக்குத் தோண்டிய குழி ஒன்று அதன் மேல் அஸ்திவாரம் கட்டாமல் வெறுமென மண்ணால் மூடப் பட்டிருக்கும். அங்கே போய்ப் பார்த்தால் தெரியலாம்.

என் நரம்புகள் சிலிர்த்தன. எதிர்வீட்டைப் பார்த்தேன். சலனமற்று இருந்தது. என் ஆர்வத்தை அடக்க முடியவில்லை. மேஸ்திரி இன்று வரமாட்டான் என்று தோன்றியது. ஷெட் வெளிப்பக்கம் பூட்டியிருந்தது. நான் ஒரு டார்ச் லைட்டை எடுத்துக்கொண்டு வீட்டைப் பூட்டிக்கொண்டு அங்கே மெல்லச் சென்றேன். சுற்றும் முற்றும் பார்த்தேன். பின்னிரவின் மஹா மௌனம். காற்றின் மெலிதான சலசலப்பில் மர இலைகள் ஒரு தடவை சிலிர்த்துக்கொண்டன. இருட்டு. மண்மேட்டைத் தாண்டி மனைக்கு வந்தேன். அந்த வீட்டின் எதிர்கால அறைகளின் தரையில் டார்ச் அடித்துக்கொண்டு மெல்ல நடந்து ஆராய்ந்தேன். இது பெட்ரூமாகப் போகிறது. இது சமையலறையா? இது ஹாலாக இருக்கலாம்? திடுக்கிட்டேன். ஹாலுக்கும் வாயிற்புற வராந்தாவிற்கும் இடையே இருக்கவேண்டிய சுவரின் அஸ்திவார வரம்புகள் சற்றுத் தள்ளி அமைக்கப்பட்டு கயிறு கட்டி இருந்தது. அதனருகில்?

தெளிவாக முன்னிருந்த அஸ்திவாரப் பள்ளம் மண்ணால் நிரப்பப்பட்டிருந்தது. அந்த மணல் நிரப்பல் சற்றுத் தொளதொள என்று மற்ற இடங்களின் காய்ந்த மண்ணிலிருந்து வேறுபட்டு இருந்தது. டார்ச் ஒளியை மேலும் கீழும் ஓட்டிப் பார்த்தேன். நிச்சயம் சமீபத்தில் நிரப்பப்பட்டிருக்கும் குழி அது! காலால் மிதித்துப் பார்த்...

'க்கும்...' என்று கனைக்கும் சப்தம் கேட்டது!

என் ரத்தம் உறைந்தது. திரும்பினேன். மண்மேட்டின் மேல் கருப்பாக ஓர் உருவம். டார்ச் ஒளி அவன் முகத்தில் பட... மேஸ்திரி!

'யாரு ஐயாங்களா! என்ன இந்த நேரத்திலே?'

அவன் குரலில் சாராயம் இருந்தது. அபாயம் இருந்தது.

'நீங்க ரொம்பக் கெட்டிக்காரரு! இல்லே? ரொம்பக் கெட்டிக் காரரு !கண்டுபிடிச்சிட்டீங்க இல்லே? சபாஷ்! அந்தப் பய பத்திரமா கீளே இருக்கான். ஐயா... அவனுக்குத் துணையாக உங்களையும் அனுப்பிடலாமா?

'ஏய் மேஸ்திரி!'

திடீர் என்று எதிர்பாராத விதமாக சரசரவென்று என்மேல் இறங்கி வந்தான்! என்னிடம் இருக்கும் எச்சரிக்கை நரம்புகள் அனைத்தும், 'ஓடுடா ஓடுடா ஓடு...' என்று செய்தி சொல்ல, நான் திரும்பி ஓடுகையில் கல் தடுக்கி அப்படியே மல்லாந்து விழுந்தேன்.

மேஸ்திரி அருகே வந்துவிட்டான். கையில் பெரிய பாறாங்கல் ஒன்றை எடுத்துக்கொண்டு, அதைத் தள்ளாடி மேலே கொண்டு போய் ஓங்கி மூச்சுப்பிடித்து என் தலைமேல் குறிவைத்து, ஒரே போடு...

...போடுவதற்குள், இன்ஸ்பெக்டர் அவன் மேல் பாய்ந்து அவனைத் தள்ளிவிட்டார். கல் என் தலைக்கு மிக அருகில் தள்ளி விழுந்து உருண்டது. என் கன்னத்தைச் சிராய்த்துவிட்டது. இரண்டு மூன்று போலீஸ்காரர்கள் ஓடி வந்தார்கள்.

மேஸ்திரியைப் பின் கையைக் கட்டி அழைத்துச் செல்ல... இரவு மூன்று மணிக்கு அந்த இடத்தைத் தோண்ட ஆரம்பித்தார்கள்.

'ரொம்ப லக்கி சார் நீங்க! இந்த மாதிரி ஸோலோவாக நீங்க போயிருக்கக் கூடாது. நான் வரலைன்னா?'

'நீங்க இந்த கேஸை விட்டுட்டிங்கன்னு நினைச்சேன். நீங்க வந்ததை இன்னும் என்னாலே நம்ப முடியலை... கனவு மாதிரி இருக்கு!'

‘நான் விடறதாத்தான் நினைச்சேன். என் போலீஸ் புத்திக்கு மேஸ்திரி சொல்றது பொய்யினு மட்டும் தெரிஞ்சது. ராத்திரி படுத்துக்கிட்டிருக்கிறபோது இதை யோசிச்சேன். திடீர்னு உங்க மாதிரி எனக்கும் தோணிச்சு. கொன்னிருந்தா இருக்கிற குழியிலே தள்ளிப்பிட்டு மண்ணைப் போட்டு மூடுவானே தவிர, புதுசாக் குழி வெட்டமாட்டான்னு திடீர்னு ஸ்ட்ரைக் ஆச்சு. உடனே போய்ப் பார்த்துடலாம்னு ஸ்டேஷனுக்குப் போய் கான்ஸ்டபிள் களை அழைச்சுக்கிட்டு வந்தேன்... வந்தா?’

‘சார், இங்கே வந்து பாருங்க!’ என்றான் வெட்டிக்கொண்டி ருந்தவன்.

‘வாரீங்களா...’

இன்ஸ்பெக்டரும் நானும் முருகனைப் பார்க்கச் சென்றோம்.

11

குணம்

டாக்டர் கூப்பிடும்வரை காலால் காலைத் தேய்த்துக்கொண்டே இருந்தான் சாமிநாதன். தாகம் எடுத்தது. ஆசை தீர எதிர்க்கடையில் கலர் கலராக இருக்கும் பானங்கள் அனைத்தையும் ஐஸ் போட்டுக் குடித்துவிட்டு வரலாம் என்று தீர்மானித்த உடனே டாக்டர் அவனைக் கூப்பிட்டு விட்டார்.

அலமாரி முழுக்க மருந்துகள் அடுக்கியிருந்தன. ‘விஜயா மெடிக்கல்ஸ்’ காலண்டர் ஒன்றில் ஹேமா நாட்காட்டினாள். சீனிவாசர் படத்துக்குப் போன சனிக்கிழமை மாலை போட்டிருந்தது. இன்ஜெக்ஷனுக்குத் தயாராக வெந்நீர் ஸ்பிரிட் வாசனையுடன் கொதித்துக்கொண்டிருந்தது.

‘என்ன சாமிநாதன், எப்படி இருக்கீங்க?’

‘இந்தக் கால் எரிச்சல்தான் தாங்கலை டாக்டர்.’

‘அதுக்கு ஒரு ந்யூரோ பயான் போட்டுட்டாப் போவுது.’ டாக்டர் சுடச்சுட இன்ஜெக்ஷன் ஸிரிஞ்சை எவர்சில்வர் இடுக்கியால் எடுத்து, ‘போன தடவை நாப்பதுதானே போட்டுக்கிட்டீங்க’ என்றார்.

‘ஆமாம் டாக்டர்.’

‘எந்தக் கைலே போட்டுக்கிட்டீங்க?’

‘இடது கையிலே.’

வலது கையில் ஸ்பிரிட் பூசி அந்த மெல்லிய ஊசி முதல் எதிர்ப்புக்குப் பின் உட்சென்று சாமிநாதன் சரீரத்துக்குள் இன்சுலின் லெண்ட்டே ஏற, 'பேசாம நீங்களே தொடையிலே போட்டுக்கக் கத்துக்கிடலாம். தினம் இப்படி டவுன் பஸ் பிடிச்சு வர்றதுக்குப் பதிலா' என்றார் டாக்டர்.

'எனக்கு என்னமோ தயக்கமா இருக்கு டாக்டர். எனக்கே நான் ஊசி குத்திக்க தைரியம் வரும்னு தோணலை.'

'லட்சம் ஜனங்க பண்ணிக்கிடறாங்க. ஒரு வாழைத் தண்டிலே குத்தி ரெண்டு நா பழகினா வந்துடுது. கால் எரிச்சலுக்கு ஒண்ணு தொடையிலே போட்டுடலாமா?'

'பெரிய ஊசியா?'

'ஆமா.'

'வேண்டாம் டாக்டர், வலி பிராணன் போறது. நாளைக்கு வெச்சுக்கலாம்.'

'ஊசி குத்தற வலிக்கு, எரிச்சலே தேவலைன்னா நாளைக்குப் பார்த்துக்கிடலாம்.'

'எத்தனை நாள் டாக்டர்! எத்தனை ஊசி போட்டுக்கறது! என் உடம்பே சல்லடையாப் போயிடும் போல இருக்கு டாக்டர்!'

'என்ன செய்யறது! உங்க நோய் அப்படி!'

'கொஞ்ச நாள் மாத்திரையே சாப்ட்டுப் பார்க்கிறேனே, ஊசி வேண்டாமே!'

'காலையில் மூத்திரம் பாத்தீங்களா?'

'பார்த்தேன்.'

'என்ன கலர் இருக்குது?'

'பழுப்பு!'

'பழுப்பு! அப்ப மாத்திரையும் சாப்பிடணும், ஊசியும் குத்திக் கிடணும்.'

'சரிதான்' என்று அலுத்துக்கொண்டு கையைத் தடவிக்கொண்டு எழுந்து நின்றான் சாமிநாதன்.

‘டயபடீஸ்னா அப்படித்தான். அலோபதிலே வேறு ட்ரீட் மெண்ட் கிடையாது! பழுப்பாவா இருந்ததுங்கறீங்க! நேத்திக்கு ஏதாவது வீட்டிலே விசேஷமா? விருந்து சாப்பாடு ஏதாவது?

‘இல்லே டாக்டர்! ஆபீஸ்லே ஒரு பார்ட்டி!’

‘என்ன சாப்பிட்டீங்க?’

‘ஒரே ஒரு மசால் தோசை.’

‘அப்புறம்?’

‘ஒரு ஜாங்கிரி.’

‘ஐஸ்கிரீம் இருந்திருக்குமே?’

‘இருந்தது.’

‘காப்பிலே சர்க்கரையா?’

‘ஒரே ஒரு நாள்தானே!’

டாக்டரின் முகம் சிவந்தது! ‘ஏன்யா நீங்கள்லாம் படிச்சவங்கன்னு பேரு. எத்தனை தடவை எத்தனை அழுத்தமாச் சொல்லிருக்கேன் இந்த மாதிரி வர்ஜயா வர்ஜ்யமில்லாமத் தின்னாதீங்க, டயட்டைக் கட்டுப்படுத்துங்கன்னு? உங்க உடம்பைப் பத்தி உங்களுக்கே கவலை இல்லைன்னா, நாக்கை அடக்க முடியாம ஆயிரம் ஆயிரம் காலரியா முழுங்கினீங்கன்னா நான் உங்களுக்கு வைத்தியம் பண்றதிலே என்னய்யா பிரயோசனம்? நீங்க உங்க இஷ்டத்துக்கு சர்க்கரையைக் கட்டுப்படுத்தாம, ஒரு லெவலுக்கு மேலே போய்டுச்சுன்னா எவ்வளவு காம்ப்ளிகேஷன்ஸ் தெரியுமா? ஏன்யா இப்படி உங்களையே அறிவு கெட்டத்தனமா அழிச்சுக்கப் பார்க்கறீங்க? நீங்க போகலாம். நெக்ஸ்ட்!’

சட்டையை ஆணியில் மாட்டிவிட்டு, ‘இந்த டாக்டர் கோவிந்த ராசன் ரொம்ப முசுடுடி!’ என்றான்.

‘ஏன்?’

‘ஏதோ நேத்திக்கு ஒரு மசால் தோசை தின்னுட்டேனாம். ஊரே கொள்ளை போய்ட்ட மாதிரி காச்சு காச்சுன்னு கத்தறான்.

எல்லாம் அரைகுறைப் பசங்க. எங்க ஆபீசிலே டி.கே. வெங்கடாசலம்னு ஒருத்தன் இருக்கான். அவனுக்கும் டயாபடிஸ். மாத்திரை மட்டும்தான் சாப்பிடறான். ரெண்டு வேளையும் அரிசிதான் சாப்பிடறான். டிஃபன் சாப்பிடறான். காப்பியிலே சர்க்கரைதான் போட்டுக்கறான். நன்...னா, சம்பிரமமாத் திங்கறான்.'

'அவருக்கு உங்களைப் போல ஜாஸ்தி இருக்காதோ என்னவோ?'

'என்ன ஜாஸ்தி? என்னடி ஜாஸ்தி? உனக்கு என்ன தெரியும்? எது ஜாஸ்தி, ஏது கம்மின்னு... சொல்லு பார்க்கலாம்!'

'எனக்கு தெரியாதுன்னா!'

'பின்ன ஏன் ஜாஸ்தீங்கறே?'

'சரி, கம்மி, போங்களேன்!'

'முதல்லே ஜாஸ்தின்னுப்புட்டு, அப்புறம் கம்மியாம். ஏண்டி, என்னைப் பார்த்தா உனக்குக் கேலியா இருக்கா? எப்ப ஒழியப் போறான், இன்ஷூரன்ஸ் பணத்தை வசூலிக்கலாம்னு காத்திண்டிருக்கே.'

'ஏன் இப்படி அர்த்தமில்லாம பேசறேள்?'

'நீ பேசறதிலே ரொம்ப அர்த்தம் இருக்கு பாரு. ஜாஸ்தியாம்?'

'உங்களோட புதுசாச் சண்டை ஆரம்பிக்கறதுக்கு எனக்குத் திராணி இல்லை.'

'பின்னே என்ன! தினம் ஒரு மனுஷன் ஊசி மேலே ஊசியைப் போட்டுண்டு சா...கறான். நீ பாட்டுக்கு வீட்டிலே கையைத் தேச்சுண்டு உக்காந்து வக்கணையா சாப்ட்டுண்டு வாதாடறயா?'

'சரி, இப்ப சாப்பிட வரேளா இல்லையா?'

'எனக்கு ஒரு எழவும் வேண்டாம். நீங்களே கொட்டிக் கோங்கோ.'

'சப்பாத்தி வேணும்னா சப்பாத்தி இருக்கு. அப்புறம் மத்யானத்து சாதம் நிறைய இருக்கு. கீரை, வெந்தயக் குழம்பு, உருளைக்கிழங்கு வேற வதக்கி வெச்சிருக்கேன்.

பதுங்கியிருந்த புலிபோல் அவனுள் வெவ்வேறு சுரப்பிகள் கிளம்பி வேலை செய்தன.

'சரி சரி. தட்டைப் போடு. சீக்கிரம் சாப்டுட்டு படுத்துண்டுடலாம்.'

மறுதினம் லக்ஷ்மியின் ஒன்றுவிட்ட மாமா வந்திருந்தார். குழந்தைக்கு பிஸ்கெட் பொட்டலம் கொண்டுவந்திருந்தார். 'கடலூர் போயிருந்தேன்' என்று ஒரு பெரிய பலாப்பழம் கொண்டு வந்திருந்தார்.

'பலாச்சுளை எல்லாம் இவர் சாப்பிடக் கூடாது' என்றாள் லக்ஷ்மி.

'ஏன் மாப்பிளே?'

'எனக்கு டயாபடீஸ்' என்றான் சாமிநாதன். பலாப்பழம் அப்போதே போஸ்டு ஆபீஸ் வரை வாசனை அடித்தது.

'மருந்து சாப்பிடறேளோல்லியோ?'

'தினம் ஊசி குத்திக்கறேன்' என்றான் கையைத் தடவிக்கொண்டு.

'சரிதான். உங்களுக்கு தன்வந்திரி ராமுவைப் பத்தித் தெரியாதா?'

'தெரியாது! யாரு?'

'புதுசா வந்திருக்கார். பழைய ஏட்டுச்சுவடிகள்ளே இருக்கற அத்தனை வைத்திய ரகசியங்களையும் கரைச்சுக் குடிச்சவர். அதுக்கு மேலே அவர் ஒரு யோகி, ஒரு ஞானி. அவர் கை பட்டாலே ஜிவ்வுனு ஜுரம் எறங்கிடறது. இப்படித்தான் ஒரு கேன்சர் கேஸ், மாப்பிளே! இந்தக் கத்துக்குட்டி டாக்டர்கள் எல்லாம் ஆபரேஷன் பண்றேன், ஆபரேஷன் பண்றேன்னு அவன் உள்ளுக்குள்ளே இருக்கிற அத்தனை சிறுகுடலையும் வெட்டி வெட்டி நாலு இஞ்சுக்குக் கொண்டுவந்துட்டா. கடைசிலே முடியாதுடா, வீட்டுக்குப் போடா, மூணு மாசத்திலே செத்துப் போடான்னு அனுப்பிச்சுட்டா. அவன் ராமுகிட்ட போய் கால்லே விழுந்திருக்கான். எட்டு வேளை சூரணம் கொடுத்தார். பயல் எழுந்து நின்னு நடந்து, இப்ப புட்பால் ஆடறான். இந்த மாதிரி எத்தனையோ கேஸ்.'

'ஏன்னா!' என்றாள் லக்ஷ்மி.

'டவுன்லே ராஜா டாக்கீஸ்க்கு எதிர்த்தாப்பலே க்ளினிக் வெச்சிருக்கார். அவரைப் பார்த்தாலே பாதி வியாதி போயிடும். நீங்க நிச்சயம் அவரைப் போய்ப் பாருங்கோ, ஊசியும் வேண்டாம், ஒண்ணும் வேண்டாம்.'

'டயாபட்டீஸை க்யூர் பண்ணியிருக்காரா?'

'டயாபட்டீஸ் என்ன சுண்டைக்காய்!'

'பீஸ் நிறையக் கேப்பாரா?'

'ஒத்தைக்காசு வாங்க மாட்டார். மருந்துக்கு மட்டும் நிகர விலை ஒரு ரூபா, ரெண்டு ரூபா வாங்கிப்பார். எப்படி தேஜஸ்வியா இருப்பார் தெரியுமா? தன்வந்திரிங்கறது பட்டப்பேரு. வட தேசத்திலே... காசியிலே...'

ராஜா டாக்கீஸ் எதிரே அந்தச் சந்தில் அந்த வீட்டின்முன் ஒரு பழைய ஆஸ்டின் கார் நின்றுகொண்டிருந்தது. ஓம் என்று போட்டு சந்தனம், குங்குமம் இட்டு.

'பண்டித ரத்தின வைத்திய சிகாமணி தன்வந்திரி ராமுவின் இலவச வைத்தியசாலை' என்று எழுதி அதன்கீழ் சமஸ்கிருத சுலோகம் ஒன்றும் எழுதியிருந்தது. வாசலில் பெஞ்சு போடப்பட்டு நிறையப் பேர் காத்திருந்தார்கள். சிறு குழந்தைகள் குல்லாய் போட்டுக்கொண்டிருந்தன. வயதானவர்களும், பெண்களும் காத்திருந்தார்கள். பழைய மர பீரோக்களில் ஒரே சைஸில் பலப்பல பாட்டில்களில் பலப்பல நிறங்களில் பொடிகள் காத்திருந்தன. எல்லாவற்றிலும் சமஸ்கிருதத்தில் பெயர் எழுதிய வில்லைகள் ஒட்டியிருந்தன. பனியன் அணிந்த ஒரு ஆசாமி தோன்றி 'வாங்க தாத்தா' என்று ஒரு கிழவரை அழைத்துச் செல்ல, அவர் விட்டுச் சென்ற சூடான இடத்தில் சாமிநாதன் உட்கார்ந்து கொண்டான். பக்கத்தில் இருந்தவர் பொடி போட்டுக் கொண்டு கர்ச்சீப்பால் மூக்கை வருடிவிட்டு சாமிநாதனைப் பார்த்துச் சிரித்தார். சன்னமான குரலில் 'கில்லாடி இந்த டாக்டர்' என்றார். சுவரில் ஒரு போட்டோவில் ஏகப்பட்ட மெடல்களும் கருப்பு கோட்டும் தலைப்பாகையுமாக 'வைத்திய சிகாமணி'. சிரிக்காமல் பார்த்தான் சாமிநாதன். எதிரே இருந்த குழந்தை ஒரு தடவை சிரித்துவிட்டு, சென்ற அரை மணிக்கு முன் புகட்டியதில் கொஞ்சத்தைக் கக்கியது.

தன்வந்திரி ராமுவுக்கு ஐம்பது வயது இருக்கும். அவரைப் பார்த்த உடன் சாமிநாதனுக்கு உடம்பில் ஒரு தெம்பு பிறந்தது. நெற்றியில் ஒற்றை இட்டுக்கொண்டு பட்டுச் சால்வை போர்த்தியிருந்தார். முன் அறையில் இருக்கும் போட்டோ வுக்குப் பிறகு தாடி வளர்த்திருக்கவேண்டும். தீர்க்கமான மூக்கு. கழுத்தில் கொட்டை, கொட்டையாக மாலை சால்வையின் ஊடே தெரிந்தது. கை விரல்களில் பலப்பல மோதிரங்கள் ஜொலித்தன. அந்த இடத்து வாசனையிலேயே சிகிச்சை இருக்கிறமாதிரி தோன்றியது.

'உக்காருங்கோ. ஏய் பையா, இந்த விசிறியை சித்தப் போடு... என்ன உங்களுக்கு?'

'டயாபடீஸ்... சர்க்கரை வியாதி.'

'எத்தனை நாளா?'

'ரெண்டு வருஷமாச்சு சார். இருக்குன்னு கண்டுபிடிச்சு!'

'என்னை சார்னு கூப்பிடாதீங்கோ, தமிழ்லே வேற நிறைய வார்த்தை இருக்கு. ஊசி போட்டுக்கறேளா?'

'போட்டுக்கறேன்.'

'எத்தனை நாளா?'

'ஒரு வருஷமா!'

'ச் ச் ச் ச் ... ஒரு வருஷமா ஊசி போட்டுண்டு பலன் இல்லே. என்கிட்ட வந்திருக்கேள். இல்லியா?'

'உங்களைப் பத்தி இப்பத்தான் கேள்விப்பட்டேன்.'

'அப்படியா, தினப்பத்திரிகைகள், சஞ்சிகைகள் எல்லாத்துலயும் விளம்பரம் கொடுத்திருக்கமே, பார்த்தில்லையா?'

'நான் விளம்பரம் எல்லாம் கவனமாப் படிக்கறதில்லை.'

'படிக்கணும், உங்களுக்கு வயசு என்ன?'

'நாப்பத்திரண்டு.'

'நாப்பத்திரண்டு வயசிலே சர்க்கரை வியாதி! மூலம் பவுத்திரம் வாய்வு ஏதாவது உண்டா?'

‘இல்லை. டயாபட்டீஸ் ஒண்ணே போறும்னு நினைக்கிறேன்.’

அவர் கொஞ்சம் அதிகமாகவே சிரித்தார்.

‘கால் எரிச்சல் இருக்கா?’

‘நிறைய.’

‘மூத்திரம் பெட்ரோல் மாதிரி போகுமே?’

‘ஆமாம்.’

‘நீங்க எந்த மாசம் பொறந்தீங்க?’

‘ஏப்ரல்.’

‘ஏப்ரல்னா, பங்குனிலேயா, சித்திரையிலேயா?’

‘பங்குனி.’

‘நினைச்சேன். கொஞ்சம் கையைக் கொடுங்கோ!’

அந்தத் தொடுகையில் கொஞ்சம் புல்லரிப்பு ஏற்பட்டது சாமிநாதனுக்கு. நிறைய நேரம் அவனைத் துணி மூலம் தொட்டுக் கொண்டிருந்தார். அவனுடைய நாடி மூலம் அவனுள் ஆழத்தில் இருக்கும் அவன் வியாதியின் மனசுக்குள் பேச்சுவார்த்தைகள் நடத்துவதுபோல இருந்தது.

‘உங்களுக்கு எத்தனை குழந்தை?’

‘ஒரு பையன்.’

‘ஆம்படையா வந்திருக்காளா?’

‘இல்லை.’

‘அடுத்த தடவை அழைச்சுண்டு வாங்கோ. அவளோடயும் பேசணும். நான் குடுக்கப்போற மருந்தை நீங்க ஒரு மண்டலம் சாப்பிடணும். மூணே நாள்ல பலன் தெரியும். அதுக்காக மூணு நாள்லே விட்டுடக் கூடாது. நான் சொல்ற வைத்தியம் வெறும் மருந்து மட்டும் இல்லை. அனுஷ்டானம். நாப்பத்தெட்டு நாளும் ஸ்த்ரீ சம்போகம் கூடாது. தீட்சை பண்ணிக்கக் கூடாது. கார்த்தால ஏந்து குளிச்சுட்டு வைத்தீஸ்வரன் மேலே எட்டு

சுலோகம் சொல்றேன். அதை நூத்தி எட்டு தடவை சொல்லணும். சினிமா கினிமா கண்றாவியை எல்லாம் பார்க்கக்கூடாது. அப்புறம் ஒரு சூரணம் கொடுப்பேன். ஒரு பாதியைத் தேன்ல குழைச்சுச் சாப்பிடணும். மறுபாதியை வெந்நீரிலே கலந்து கால்ல எரியறதே அங்கே பத்துப் போடறாப்பல போட்டுக்கணும். ஒரு லேகியம் தரேன். அதை தினம் ஒரு எலுமிச்சங்கா அளவு, ஒரு பன்னிரண்டு பதிமூணு வயசுப் பொண்ணுக்கு இருக்குமே அந்த அளவுக்குச் சாப்பிடணும்.'

'சாப்பாடு?'

'சாப்பாடு எல்லாம் சாதாரணமாச் சாப்பிடலாம். வெங்காயம், இங்கிலீஷ் காய்கறி மட்டும் வேண்டாம். சாதம் எல்லாம் சாப்பிடலாம். கோதுமை, கீதுமை எதுவும் வேண்டாம்.'

'இங்கிலீஷ் வைத்தியத்துக்கு முழுக்க எதிரா இருக்கே' என்று பயத்துடன் சிரித்தான் சாமிநாதன்.

'ஸ்வாமி! நான் உங்களுக்குச் சொல்ற வைத்தியம் என் வைத்தியம் இல்லை. தேவ காலத்திலேருந்தே தேவபாஷையிலே எழுதி வைச்சிருக்கா. ராமாயணத்திலே சர்க்கரை வியாதியைப் பத்திச் சொல்லியிருக்கு. தன்வந்திரி ஒரு சர்கம் எழுதியிருக்கார். நான் இதுவரைக்கும் இருநூறு பேருக்கு இதே சர்க்கரை வியாதியைக் குணப்படுத்தி இருக்கேன். முதல்லே நம்பிக்கை வேணும். நம்பிக்கையில்லாம ஒண்ணுமே நடக்காது.'

அந்தச் சூரணத்தையும் லேகியத்தையும் வாங்கிக்கொண்டு சுலோகங்களைத் தமிழில் எழுதிக்கொண்டு தன் பர்ஸை எடுத்துத் திறந்து அவரைப் பார்த்தான்.

'வெளியில் அந்தப் பையன்கிட்ட குடுங்கோ.என் கண் முன்னால அர்த்தத்தைக் காட்டாதீங்கோ. எனக்கு அதைப் பார்த்தாலே வெறுப்பு.'

வெளியில் அந்தப் பையன் இரண்டரை ரூபாய் வாங்கிக் கொண்டான். அதன்பின் ஒரு நீண்ட அச்சடித்த புத்தகத்தை எடுத்து அதிலிருந்து ஒரு பக்கத்தைக் கிழித்துக் கொடுத்தான். அதில் சமஸ்கிருதத்தில் எழுதியிருந்தது. 'ஒரு காலேஜ், ஒரு இலவச வைத்தியசாலை ஆரம்பிக்கிறார். அதுக்கு பில்டிங் ஃபண்டுக்கு டொனேஷன். கட்டாயம் எதுவும் இல்லை. எல்லாம் உங்க இஷ்டப்படி. ஒரு டிக்கட் போறுமா?'

'போறும்.'

மேலே பத்து ரூபாய் கொடுத்துவிட்டுப் புறப்பட்டான்.

நான்காவது தினம் அவன் கால் எரிச்சல் குறைந்தது. முன்னைப் போல் அத்தனை தாகமும் இல்லை. கொஞ்சம் தெம்பாகக்கூட இருந்தது.

'என்னதான் சொன்னாலும் நம்ப பழைய நாள் சாஸ்திரத்திலே மகிமை இல்லாம இருக்குமா?'

'அந்த கிராதகப்பயகிட்டப் போய்ச் சொல்லப்போறேன்.'

'யாரு?'

'அதான் டாக்டர் கோவிந்தராஜு. சிடுமூஞ்சி.'

'இன்னும் எத்தனை நாள் இப்படி தனியா ரூம்லே படுத்திண்டிருக்கணும்?' என்றாள் லக்ஷ்மி.

'நாப்பத்து நாலு நாள் வேதத்திலே சொல்லியிருக்கு. பல்லைக் கடிச்சுண்டு கொஞ்சம் கட்டுப்பாடா இருந்துட்டா முழுக்க சரியாப் போயிடும். என்னவோ அரைகுறைப் படிப்பு படிச்சுட்டு, தலை கனத்துப் போய் பேஷண்டுகள்கிட்ட பொறுமையாக்கூடப் பேசத் தெரியலை. எப்பப் பார், எரிஞ்சு விழுந்துண்டு. அதைச் சாப்பிடாதே, இதைச் சாப்பிடாதேன்னு உயிரை வாங்கினான். அப்பா! இன்னிக்கு என்ன சமையல்?'

'பண்டிகை நாளோல்லியோ, ஜவ்வரிசிப் பாயசம் வைக்கலாம்னு இருக்கேன்.'

'ஜமாய். அந்த மனுஷன் நிஜமாகவே மஹான்தாண்டி. தொட்டாலே உடம்பெல்லாம் பரபரக்கிறது! அவர் பேச்சிலே இருக்கிற ஞானம், முகத்திலே இருக்கிற தேஜஸ், உன்னைக்கூட வரச் சொல்லியிருக்கார். உனக்குக்கூட ஒத்தைத் தலைவலிம்பியே...'

ராத்திரி எட்டு மணி சுமாருக்கு டவுனுக்கு வந்து முனிசிபல் மார்க்கெட்டில் கறிகாய் வாங்கிக்கொண்டு போகும்போது சாமிநாதன், டாக்டர் கோவிந்தராஜுவின் கிளினிக் வழியாகச் சென்றான். திடீர் என்று தீர்மானித்து மாடிக்குச் சென்றான். கூட்டம் இல்லை. இந்த முரடனுக்கு யார் வருவா?'

‘வாங்க சாமிநாதன்! என்ன நாலு நாளாக் காணோம்? தாடி கீடி எல்லாம் வளர்த்திருக்கீங்க!’

‘டாக்டர், எனக்கு சரியாப் போயிடுத்து.’

‘என்ன சரியாப் போயிருச்சு?’

‘டயாபட்டீஸ்.’

‘என்னது?’

‘ஆமாம். சரியாயிடுத்து.’

‘என்னய்யா சொல்றீங்க? டயாபட்டீஸாவது சரியாப் போறதாவது?’

‘எனக்குச் சரியாப் போயிடுத்து. உங்க வைத்தியத்திலே அதுக்கு மருந்து இல்லை. வேற வைத்தியத்திலே இருக்கு...’

‘நீங்க என்ன சொல்றீங்க! நாலு நாளா இன்ஜெக்ஷன், வேறு டாக்டர்கிட்டேகூட எடுத்துக்கலையா?’

‘இல்லை, அதுக்குப் பதிலா மருந்து சாப்பிடறேன். நல்ல குணம் இருக்கு. நீங்க மாத்தி மாத்தி என் கையேலயும் தொடையிலேயும் ஊசி குத்தினேள். என் கால் எரிச்சல் போகல்ல. நாலு நாள் சூரணத்திலே கம்ப்ளீட்டாப் போயிடுத்து.’

‘சூரணமா? என்னய்யா கேனத்தனமாப் பேசறீங்க. டயாபட்டீஸ் என்கிறது என்ன தெரியுமா? நம்ப உடம்பிலே இன்சுலின்னு ஒரு பொருள் இயற்கையாச் சுரக்கணும். டயாபடீஸ் உள்ளவங் களுக்கு அது இல்லை. அதுக்குப் பதிலா வெளியிலேருந்து இன்ஜெக்ஷன் வழியா தேவையான இன்சுலின் கொடுக்கிறோம். அவ்வளவுதான். ஒரு ஆளுக்குக் கை இல்லை. ஒரு ஆளுக்குக் கால் இல்லை. அது மாதிரி ஒரு ஆளுக்கு இன்சுலின் இல்லை; இது ஒரு குறை. டெஃபிஷியன்ஸி. அது இல்லைன்னா நம்ம உடம்பிலே சேர்ற சர்க்கரையை, கார்போ ஹைட்ரேட்டைச் சமாளிக்க முடியாது. அதனாலே பல காம்ப்ளிகேஷன்ஸ் வரும். கண்ணைப் பாதிக்கும். இருதயத்தைப் பாதிக்கும். ஆளையே பாதிக்கும்...’

‘அதெல்லாம் சரிதான் டாக்டர். இப்ப எனக்கு எரிச்சல் போய்டுத்தே, அதுக்கு என்ன சொல்றேள்?’

‘இது ஏதோ டெம்பரரியா ஆயிருக்கு. கிட்னியை பாதிச்சுரும். லுக், சாப்பாட்டையாவது கட்டுப்படுத்திக்கிட்டு இருக்கீங்களா அல்லது அதுக்குக்கூட சூரணம் பார்த்துக்கறதா?’

‘டயட் கண்ட்ரோல் எதுவும் தேவையில்லை டாக்டர். நார்மலாத் தான் சாப்பிட்டுக்கிட்டிருக்கேன்!’

‘நார்மல்னா? அரிசி, மசால் தோசை! ஓ காட்! என்னய்யா சாமிநாதன், நான் எப்படிய்யா சொல்றது உங்களுக்கு? ஏன் இந்த மாதிரி இவ்வளவு பெரிய ரிஸ்க் எடுத்துக்கறீங்க?’ ஸ்தம்பித்து நின்றார் டாக்டர்.

‘வரேன் டாக்டர். உங்ககிட்ட சொல்லிட்டுப் போகலாம்னுதான் வந்தேன். நீங்க படிச்சது மட்டும்தான் வைத்தியம்னோ உங்க சிஸ்டம் மட்டும்தான் உசத்தினோ நினைச்சுக்காதீங்க. கொஞ்சம் விஷயம் தெரிஞ்சவங்க வேற ஃபீல்டுலயும் இருக்காங்க. அதைத் தான் சொல்ல வந்தேன்’ என்று சொல்லிவிட்டுத் திருப்தியுடனும் அமைதியுடனும் நம்பிக்கையுடனும் வெளியே வந்த சாமிநாதன் பாரிஜாத கபேயில் அகாலமாக டிபன் சாப்பிட்டு விட்டு, ஸ்வீட் சாப்பிட்டுவிட்டு, காப்பி சாப்பிட்டுவிட்டு, பல பழங்கள் வாங்கிக்கொண்டு வீட்டுக்குப் போனபோது மணி ஒன்பது இருக்கும்.

டாக்டர் கோவிந்தராஜு க்ளினிக்கை மூடத் தொடங்கிய சமயம் அது. அப்போது ஒரு கடைசி நிமிஷ பேஷண்ட் வந்தார். அவர் நன்றாகப் போர்த்தியிருந்தார். பக்கத்தில் ஒருவரும் இல்லை என்று தெரிந்ததும் தன் போர்வையை நீக்கிக்கொண்டார்.

‘மூடப் போற சமயத்தில் வரீங்களே! என்ன உடம்புக்கு? உள்ளே வாங்க!’ என்றார் கோவிந்தராஜு.

பண்டித ரத்ன வைத்திய சிகாமணி தன்வந்திரி ராமு உள்ளே சென்றார்.

---

www.ingramcontent.com/pod-product-compliance
Lightning Source LLC
Chambersburg PA
CBHW032155301225
37517CB00014B/1199
* 9 7 8 8 1 8 4 9 3 5 3 2 5 *